குறுந்தொகையில் வழிபாடும் சடங்குகளும்

குறுந்தொகை சங்க இலக்கியம்

முனைவர் க. இராஜா

பொருளடக்கம்

முன்னுரை

இலக்கியம் என்பது அது எழுந்த காலத்தின் வாழ்வி-யலைக் கொண்டு வருங்கால மக்களுக்கு உரித்தான மகத்-தான வாழ்வியலைக் காட்டி நிலைத்து நிற்க வேண்டும். இதனைச் சங்க இலக்கியங்கள் செய்கின்றன. சங்க இலக்-கியங்களில் முதலில் தொகுக்கப்பெற்றதும் நல்ல என்னும் அடைமொழியோடு குறிக்கப்பெற்றதும் இலக்கண இலக்கி-யங்களில் அதிகமான இடங்களில் மேற்கோள்களாக ஆளப்-பெற்றதும் எனப் பல்வேறு சிறப்புக்களைப் பெற்றிருக்கிறது குறுந்தொகை. அத்தகைய குறுந்தொகையை மானிடவியல் நோக்கில் ஆராய்ந்து அதில் பொதிந்துள்ள வழிபாட்டு முறைகளையும் சடங்குகளையும் இந்நூல் புலப்படுத்தும்.

வழிபாட்டு முறைகளில் வழிபடும் இடம், வழிபடும் மரபு, வழிபாட்டுக் குழு, வழிபாட்டு வரையறைகள் ஆகியவை குறிப்பிடப்படுகின்றன. இயற்கை வழிபாட்டிற்குக் குறுந்-தொகை முக்கியத்துவம் தருகின்றது. வேத நெறிகளாக மறை, மறை ஓதுவோர், வேள்வி, வேள்வி செய்வோர், தாரை வார்த்தல் ஆகியவை இடம்பெறுகிறது.

வழிபாட்டின் பகுதியாகத் தாவரங்கள், விலங்குகளைப் பலியிடுதல் சுட்டப் படுகின்றன. திருமால், முருகன் முதலிய ஐந்து நிலத் தெய்வங்களும் வழிபடு தெய்வங்களாக விளங்-குகின்றனர். அவர்களுள் திருமால் படைத்தல், காத்தல், அழித்தல் ஆகிய தொழில் செய்பவராக விளங்குகிறார். அவுணர், காமன், யமன், அறமகளிர் ஆகியோர் தேவர்கள் என்று விளக்கப்படுகின்றனர்.

அச்சம் தருவனவற்றைத் தெய்வங்களாக ஏற்றுக்-கொண்டு வழிபட்ட சூழல்களும் இந்நூலில் சுட்டப்படு-கின்றன. பாம்பு, பாவை, நாளும் கோளும், மின்னல், இடி, எரி நட்சத்திரம் (விசும்பு வீழ் கொள்ளி), கிரகணம், ஊழி வெள்ளம், நிலா, அணங்கு, வானம், சூர் நசை, புத்தேள் நாடு (தேவர் உலகம்) ஆகியவற்றை அக்கால மக்கள் வழி-

பட்டமையை அறியமுடிகிறது.

ஒன்றைச் செய்து மற்றொன்றைப் பெறுவது சடங்கின் நோக்கமாக இருப்பதால் 'நிகழ்த்துதல்' என்பது இதன் அடிப்-படைக் கூறாக அமைகிறது. பெரும்பாலான சடங்குகள் குறிப்பிட்ட கால இடைவெளியில் திரும்பத் திரும்ப நிகழ்த்-தப்படுகின்றன. சில சூழல்களில் தனி மனிதனால் நிகழ்த்தப்-பட்டாலும் கூட்டுத்தன்மை உடையவையாகவே காணப்படு-கின்றன. சடங்கு நிகழ்வானது சடங்கு செய்வோர், சடங்கில் பங்கேற்போர், பார்வையாளர் ஆகியோருடைய நடத்தை முறைகளின் தொகுப்பாக விளங்குகின்றன..

சடங்குகள் வாழ்க்கை வட்டச் சடங்குகள், வளமைச் சடங்குகள், வழிபாட்டுச் சடங்குகள், திருவிழாக்கள் என்றும் இவற்றுள்; அடங்காத பிற சடங்குகள் மடலேறுதல், தொழில்நுட்பச் சடங்குகள் என்றும் வகைப்படுத்தப்படு-கின்றன.

வாழ்க்கை வட்டச் சடங்குகளாகக் குறுந்தொகையில் மணச் சடங்குகள் இடம்பெறுகின்றன. இதில் நிச்சயதார்த்தம், சிலம்பு கழித்தல், மண நாளில் செய்யும் சடங்குகள் ஆகி-யவை விளக்கப்படுகின்றன.

வளமை அல்லது வேளாண் சடங்குகளாகக் குறுந்-தொகையில் மழைச் சடங்குகள் இடம்பெறுகின்றன. மழைச் சடங்குகள் நாட்டுப்புற மக்களால் நிகழ்த்தப்படும் வளமைச் சடங்குகளுள் ஒன்றாகும். மழைச் சடங்குகளில் கடவுளை வேண்டுதல் படையலிடுதல், பலியிடுதல் இடம்பிடிக்கின்றன.

வழிபாட்டுச் சடங்குகளில் வெறியாட்டு நடத்தி முரு-கனை வழிபடும் சூழல், வெறியாட்டுக் களம் அமைத்தல், குறிபார்த்தல், கட்டுப் பார்த்தல், பலியிடல், படையலிடல் ஆகியவை இந்நூலில் குறிப்பிடப்பட்டுள்ளன.

திருவிழாக் காலங்களில் தானம் செய்தலும், மக்கள் அனைவரும் ஒன்று கூட வேண்டும் என்பதற்காக நிகழ்த்-தப்படுதலும் இடம்பெறுகிறது.

மானிடவியல் நோக்கில் குறுந்தொகை என்னும் ஆய்-வினை மேற்கொள்ள அனுமதியளித்து என்னை நெறிப்-

டுத்தி இந்நூல் வெளிவரக் காரணமாக அமைந்த பாரதிதா-சன் பல்கலைக்கழகத் தமிழியல் துறைத்தலைவர் முனைவர் உ. அலிபாவா அவர்களுக்கு நன்றியைத் தெரிவித்துக்-கொள்கிறன்.

1
வழிபாடுகள்

மனித மனம் ஒரு பலமற்ற கொடியைப் போன்றது. அதனால் தனித்து நிற்கவோ, தன்னியலாகச் செயல்படவோ இயலாது. மானசீகமாக ஏதேனும் ஒன்றைத் (அது தெய்வமாகவோ அல்லது தலைவராகவோ இருக்கலாம்) தொற்றிக்கொண்டு பயணப்படுவதே அதன் இயல்பாக உள்ளது. இத்தகைய மனித மனநிலையின் விளைவே மந்திரம், நம்பிக்கை, வழிபாடு போன்ற புனைவாக்கங்கள். இவை தம்முள் ஒன்றிணைந்து உருப்பெற்று வழிபாட்டு மரபாகத் தோற்றம் பெற்று வளர்ந்துள்ளது.

இறைச்சிந்தனை தொன்றுதொட்டு மக்களிடையே வேரூன்றி வந்துள்ள ஒரு பண்பாகும். மனித சக்திக்கு அப்பாற்பட்ட வேறொரு ஆற்றலே இந்த உலகினை ஆட்டிப் படைத்ததாகப் பண்டைய மக்கள் நம்பினர். தமக்கு ஏற்படும் நன்மைக்கும் அந்த ஆற்றலே காரணம் என எண்ணியதால் எந்தவொரு செயலிலும் அவ்வாற்றலைப் போற்றும் பண்பினை மேற்கொண்டனர். இந்த இறைச்சிந்தனை முதன் முதலில் மக்களிடம் அச்சத்தாலேயே தோன்றியது. இதுவே காலப்போக்கில் மதங்கள் ஏற்படவும், சமய நம்பிக்கைகள் எழவும் அடிப்படைக் காரணமாயிற்று.

'கோயில் இல்லாத ஊரில் குடியிருக்க வேண்டாம்' என்பது முதுமொழி. கோயில் இல்லாத ஊர்களே இல்லை என்பது மட்டுமல்ல. குடிகள் இல்லாத இடத்திலும்கூடக் கோயில்கள் தோற்றம் பெற்றுள்ளன என்பதும் குறிப்பிடத்தக்கது. இது தெய்வ வழிபாட்டின் மீது மக்கள் கொண்டுள்ள தீவிரமான ஈடுபாட்டையும் ஆழமான நம்பிக்கையையும் காட்டுகிறது. காலந்தோறும் மாற்றம் ஏற்பட்டு வளர்ந்து வந்துள்ள

இறைச்சிந்தனையானது சங்ககால மக்களின் வாழ்வில் எவ்வாறு பயின்று வந்துள்ளது என்பதைக் குறுந்தொகை வழி இவ்வியல் ஆராய்கிறது.

வழிபாடு - விளக்கம்

வழிபாடு என்ற சொல் வழிபடு என்ற வேர்ச்சொல்லிலிருந்து பிறந்த தொழிற் பெயராகும். வழிபடு என்னும் சொல்லிற்கு, வழியிற் செல்லுதல், பின்பற்றுதல், பூசனை, வழக்கம் எனப் பல பொருள்கள் கூறப்படு-கின்றன. வழிபாடு குறித்து, "தெய்வங்களை மகிழ்விப்பதற்காக மேற்-கொள்ளப்படும் செயல்பாடுகளும் பூசனைகளுமே வழிபாடு" (பண்பாட்டுப் பதிவுகள், ப.118) என்றும், "இறைவனுடன் இரண்டறக் கலப்பதே வழி-பாடு" (பண்பாட்டுப் பதிவுகள், ப.118) என்றும், "உள்ளத்தின் கதவுகளை இறைவனுக்காகத் திறந்து வைப்பதே வழிபாடு" (பண்பாட்டுப் பதிவு-கள், ப.118) என்றும் பல்வேறு விளக்கங்களை முன்வைக்கிறார் ஓ.முத்-தையா. அதேபோன்று, "மக்கள் தம்மைச் சூழ்ந்துள்ளவற்றையும், தமக்-குத் தேவையாக இருக்கின்ற நெருப்பு, காற்று, மழை, ஞாயிறு முதலிய இயற்கைப் பொருட்களையும் முதற்கண் வழிபட்டு வந்தனர்" (தமிழர் மானிடவியல், ப.18) எனவும், "தம்மை மீறிய ஒரு ஆற்றல் உண்டு. அது தம்மை இயக்குவதோடு பிற பொருளையும் இயக்குகிறது என அறிந்து அப்பேராற்றலை வழிபடலாயினர்" (தமிழர் மானிடவியல், ப.11) எனவும் பக்தவத்சல பாரதி விளக்கம் தருகிறார்.

வழிபாடு வரையறை

வழிபாட்டு மரபு என்னும் பொருளை உணர்த்தக்கூடிய 'ஊரடவ' என்பது பலவாறாக வரையறை செய்யப்படினும் இரு வேறுபட்ட பொருண்மையை உணாத்துவதாக உள்ளது. பொருள் பயன்பாட்டில் வழங்கப்படும் வரையறையானது ஒரு பகுதியாகவும், சமூகவியல் பயன்-பாட்டில் வழங்கும் பொருண்மை மறுபகுதியாகவும் அமைகின்றது. ஒரு சமூகத்தின் சமய நிறுவனத்திற்கு உட்பட்ட ஒரு தனிப்பட்ட தெய்வம் அல்லது ஒரு தொகுதியாக அமையும் தெய்வங்கள் அல்லது தனிப்பட்ட ஒரு முனிவர் அல்லது தெய்வீக ஆற்றலால் உந்தப்பட்டவர் போன்றவர்-களோடு தொடர்புடைய சமய நம்பிக்கைகளையும் பிற செயல்பாடுகளை-யும் உள்ளடக்கியதே வழிபாட்டு மரபு என்பது பொதுநிலையில் வழங்கப்-படுவதாகும்.

பழந்தமிழர்களின் வழிபாட்டு மரபு

பழந்தமிழர் இயற்கை ஆற்றலை வணங்கினர். இவ்வாற்றலைப் பின்-னாளில் கடவுளராக மாற்றிவிட்டனர். தொடக்கத்தில் மழையாகிய மாரியை வழிபட்டனர். பின்னாளில் தாய்த்தெய்வங்களின் ஆளுமை விரிந்தபோது வெப்பம், நோய், வளமை ஆகியவற்றை மிகுதியாக்குப-வனும் குறைப்பவனும் என்ற இரட்டை நிலைத் தன்மை (Ambivalent) உருவாகி மழையாகிய மாரி 'மாரியம்மன்' ஆனது.

வழிபட்டால் நன்மை தரும், ஒதுக்கினால் சீற்றம் காட்டும் என்னும் இரட்டை நிலைப் பண்புடன் விளங்கும் மற்றொரு தெய்வம் 'காளி' ஆகும். "காளி என்னும் சொல் திராவிட மூலத்தைக் கொண்டதாகும். கருப்பு என்னும் பொருளுடைய 'கார்' என்பதிலிருந்து திரிந்ததே 'கால்'. கருப்பு என்பது அச்சத்தின் குறியீடாகவும் குழப்பம், பயங்கரம், முடிவற்-றது, புரியாத புதிர் ஆகியவற்றின் குறியீடாகவும் விளங்குவது. அச்சத்-தையும் சீற்றத்தையும் கொண்டுள்ள இத்தெய்வமானது கால்ஃகார் (Kal/ Kar) என்னும் வண்ணத்தாலேயே உருவகப்படுத்தப்பட்டது. கால், கார்; என்னும் சொல்லுக்கு இணையான ஆண்பால் காலன் ஆகும்" (பக்த-வத்சல பாரதி, தமிழர் மானிடவியல், ப.218-219).

காலன் இறப்புக்குரிய தெய்வமாகும். கால் என்றால் **காற்று, அசைவு** என்ற பொருள்களும் உண்டு. தொல்குடியினர் இடி, மின்னலோடு கூடிய காற்றின் பயங்கரமான ஆற்றலைப் புரிந்துகொள்ள முடியாமல் ஒரு புதி-ராக உணர்ந்திருக்கக் கூடும். இதனாலேயே 'காத்து-கருப்பு' என்னும் வழக்கம் காற்றுத் தொடர்புடைய தீய ஆவிகளைக் குறிப்பதாக இன்-றும் வழக்கத்தில் உள்ளது. "**காளி** என்னும் தமிழ்ச்சொல் சமஸ்கிருதத்-தில் காளளி என்று மாறியுள்ளது. இச்சொல் இகர ஈறு பெற்றிருந்தாலும் இது பால்சாரா சொல்லேயாகும். பின்னாளில் பெண்பால் சார்ந்த அம்-மன் என்னும் விகுதியுடன் இணைந்து காளியம்மன் என்றாகிறது. இத்-தெய்வத்திற்கு இணையான ஆண் தெய்வங்கள் வழக்குப் பெறவில்லை என்பதால் காளியப்பன், காளியண்ணன் என்றும் ஆண்பால் இயற்பெ-யர்கள் உண்டாயின" (எடுத்தாளப்பட்டது: மேலது, ப.219) என்கிறார் கோதண்டராமன்.

காளி போன்று 'நாகம்' என்னும் விலங்கினைப் பழந்தமிழ்த் தொல்-குடியினர் வழிபடத் தொடங்கி அதுவே மனிதப் பண்பேற்றலால், மனித உருவேற்றலால் தாய்த் தெய்வமாக்கப்பட்டபோது 'நாகம்மன்' என்னும்

அம்மன் தெய்வமாகியது. நாகராஜா, நாகப்பன் போன்ற ஆண்பால் இயற்பெயர்களும் தோன்றின.

இவ்வாறு இயற்கையின் ஆற்றலை வழிபட்டு வந்த தொல் தமிழர்கள் பின்னாளில் மூதாதையர், வீரர் ஆகியோரின் ஆற்றல்களை வழிபடத் தொடங்கியபோதும் அது பால்சாரா நிலையிலேயே இருந்தது. பின்-னர்தான் பால்சார்பும், மனிதப் பண்பேற்றமும் மனித உருவேற்றமும் நிகழ்ந்தன என்பதைப் பின்வரும் விளக்கங்கள் மூலம் அறியமுடியும் என்கிறார் பக்தவத்சலபாரதி தமிழர் மானிடவியல், ப.219-220).

பால்சாரா இயற்கை நிலை தாய்த்தெய்வம் ஆண்தெய்வம்

பச்சை பச்சையம்மன் பச்சையப்பன்

கருப்பு கருப்பாயி கருப்பண்ணன்

முனி முனியம்மாள் முனியப்பன், முனீஸ்வரன்

வீரம் வீராயி வீரப்பன்

நன்மை (நல்) நல்லம்மாள் நல்லப்பன்

அழகு அழகம்மாள், அழகாயி அழகப்பன்

முருகு (அழகு) முருகம்மாள் முருகப்பன்

வேல் (மரம், ஆயுதம்) வேலம்மாள், வேலாயி வேலப்பன்

பனை (மரம்) - பனையப்பன்

கொளஞ்சி (மரம்) - கொளஞ்சியப்ர (பின்னாளில் குழந்தையப்பராக வழங்கப்பட்டார்)

மொழிக் கூறுகளை மீட்டுருவாக்கம் செய்வதன் வாயிலாக இயற்கையின் ஆற்றல் கடவுளராகப் படிமலர்ச்சியடைந்த போக்கினைச் சிந்திக்க உதவும் வகையில் மேற்கூறிய தரவுகள் அமைகின்றன.

வழிபாடு மற்றும் சமயத்தின் தோற்றம்

வழிபாடு மற்றும் சமயத்தின் தோற்றம் குறித்துப் பல்வேறு கோட்பாடு-கள் முன்வைக்கப்பட்டுள்ளன. அவற்றைப் பின்வரும் மூன்று வகையான அணுகுமுறைகளாக வகைப்படுத்துகிறார் பக்தவத்சலபாரதி (மானிடவி-யல் கோட்பாடுகள், ப.251).

அணுகு முறை ஆய்வு செய்த அறிஞர்கள்

1. மனித எண்ணம் சார்ந்தது (Intellctual) எட்வர்டு பர்னட் டைலர், ஜேம்ஸ் ஜார்ஜ் பிரேசர்

2. உணர்வு சார்ந்தது (Emotional) ராபர்ட் லோலி, பிரானிஸ்லா மாலினாவிஸ்கி, சிக்மண்ட் பிராய்டு, விக்டர் டர்சர், கிளிபி போர்டட்

கீர்ட்ஸ்

3. சமூகம் சார்ந்தது (Sociology) எமிலி துர்கைம், ராட்கிளிபி பிரௌன்

வழிபாட்டின் விரிவாக்கம்

முற்கூறிய மனித எண்ணம், உணர்வு, சமூகம் சார்ந்த அணுகுமு-றைகளைக் கொண்டு இவ்வறிஞர்கள் ஆறு முக்கியக் கோட்பாடுகளை முன்வைக்கின்றனர் (பக்தவத்சல பாரதி, மானிடவியல் கோட்பாடுகள், ப.252).

1. ஆவிவழிபாடு (Animism)

2. உயிர்ப்பாற்றல் வழிபாடு (Animation)

3. இயற்கை வழிபாடு (Naturism)

4. குலக்குறி வழிபாடு (Totemism)

5. போலியுருவ வழிபாடு (Fetistism)

6. முன்னோர் வழிபாடு (Ancestor Worship)

பேராற்றல் குறித்த வழிபாட்டிற்கு அடிப்படையான நம்பிக்கைகளாகப் பின்வருவனவற்றைக் கூறுவார் ஹென்றி வொயிட் ஹெட் (Hendry white head, The village gods of south india p.17).

1. ஆவியுலக நம்பிக்கை (Belief in Spirits)

2. உயரிய நம்பிக்கை (Belief in Impersonal Porwer)

3. இயற்கை சார்ந்த நம்பிக்கை (Bellef in Nature)

4. குலக்குறி நம்பிக்கை (Belif in Totem)

5. மீவியல்பாற்றல் குறித்த நம்பிக்கை (Belif in Super Natural Power)

6. முன்னோர்கள் குறித்த நம்பிக்கை (Belif in Ancestors)

இந்நம்பிக்கைகள் வழிபாடுகளாக வளர்ச்சியடைந்ததைக் காணமுடி-கின்றது.

1. ஆவியுலக நம்பிக்கை - ஆவிவழிபாடு

2. உயரிய நம்பிக்கை - உயிர்ப்பாற்றல் வழிபாடு

3. இயற்கை சார்ந்த நம்பிக்கை - இயற்கை வழிபாடு

4. குலக்குறி நம்பிக்கை - குலக்குறி வழிபாடு

5. மீவியல்பாற்றல் குறித்த நம்பிக்கை - போலியுருவ வழிபாடு

6. முன்னோர்கள் குறித்த நம்பிக்கை - முன்னோர் வழிபாடு

ஆவி வழிபாடு

Anima என்னும் இலத்தீன் சொல்லுக்கு ஆவி என்பது பொருள். அது Animism என்று ஆவி வழிபாடாகியது. தொன்மைச் சமயம் தோன்றிய முறையை விளக்க முற்பட்ட முதல் மானிடவியல் கோட்பாடே 'ஆவி வழிபாடு' Animism ஆகும். இக்கோட்பாட்டைப் பத்தொன்பதாம் நூற்றாண்டைச் சேர்ந்த ஆங்கிலேய மானிடவியல் அறிஞர் எட்வர்ட்பர்னட் டைலர் குறிப்பிடும் போது, "சமயம் ஆவிகளின் பால் ஏற்பட்ட நம்பிக்கையிலிருந்து தோன்றியது" (Tylor. E.B, Religion is the Belief in Spiritual Beings, p.424) என்கிறார். ஆவியுலகக் கோட்பாட்டின் இக்கருத்து, "சமயத்தைப் பற்றிய 'குறைந்தபட்ச வரையறை' (Minimum Definition o f Religion) எனச் சிறப்பித்துக் கூறப்பெறும்" (பாண்பாட்டு மானிடவியல், ப.493) என்கிறார் பக்தவத்சலபாரதி.

தொன்மை மக்களின் சமய நம்பிக்கை ஏன் ஆவிகளோடு தொடர்புடையதாக இருந்தது என்பதற்கு, "தொன்மை மக்கள் அவர்களைச் சுற்றிலும் கண்ணுக்குப் புலனாகாத எண்ணற்ற ஆவிகள் அவர்களின் செயல்களைச் செயற்படுத்துகின்றன என உறுதியாக நம்பினர். அவ்வகையான நம்பிக்கைகள் அவர்களிடம் வேரூன்றக் காரணம், அவர்கள் தம் புறச்சூழலில் நிகழ்ந்த இயற்கையின் விளைவுகளுக்கான காரணத்தை அறியும்பொருட்டு அவர்கள் ஏற்படுத்திக் கொண்ட காரண காரிய விளக்கங்களேயாகும். இயற்கையோடு மிகவும் ஒன்றி வாழ்ந்த அவர்கள் இயற்கையின் ஆற்றல்களைச் சரிவரப் புரிந்துகொள்ள இயலவில்லை. அவ்வாறே உளவியல், மனவியல் செயல்களையும் அவர்களால் புரிந்துகொள்ள இயலவில்லை" (பக்தவத்சல பாரதி, மானிடவியல் கோட்பாடுகள், ப.252) என்ற விரிவான விளக்கத்தினைத் தருகிறார் டைலர்.

அடைமழை பெய்தபோதெல்லாம் ஏற்பட்ட பெரு வெள்ளங்கள் பெரிய பெரிய மரங்களைச் சாய்த்தன. மண் கரைகளை அழித்தன. புதிய பாதைகளில் காட்டாறாக ஓடின. மழை பெய்யும் காலத்தில் காதைப் பிளக்கும் இடியும், கண்ணைப் பறிக்கும் மின்னலும் எப்போதாவது வானிலிருந்து எரிந்து விழும் விண்கற்களும் பலமுறை நிகழ்ந்தன. இதேபோன்று புயலும் சூறாவளியும் வானுயர்ந்து நின்ற காட்டைச் சுழற்றி அடித்துப் பெரும் ஒலசயை எழுப்பின. அவ்வகையான இயற்கையின் சீற்றங்களுக்குக் காரணம் என்னவெனப் புரியாமல் தொன்மை மக்கள்

அஞ்சினர். இந்த இயற்கை நிகழ்வுகள் சில சமயங்களில் அவர்களின் உயிருக்கும் உடைமைகளுக்கும் ஆபத்தை ஏற்படுத்தின. அதற்கடுத்து அவ்வப்போது அவர்களின் வாழ்வில் கொள்ளைச் சம்பவங்களும் இடம்-பெற்றன. அவையனைத்திற்கும் காரணம் என்னவென்பது அவர்களுக்குப் புரியாத புதிராகவே இருந்தது.

பழங்கால மக்களின் மருட்சித்தன்மை மேலும் நீண்டுகொண்டே சென்றது. நீர்நிலைகள், குளங்கள், ஆறு போன்ற இடங்களில் அவர்கள் குளித்த போது அவர்களின் சொந்த நிழல் தெரியவே அதைக்கண்டு மருண்டனர். அதற்கான காரணங்களை அறிய முடியவில்லை. வெள்-ளம், புயல், சூறாவளி, இடி, மின்னல் ஆகிய இயற்கை நிகழ்ச்சிகள், எதிரொலி, சொந்த நிழல் நீரில் தெரிவது வரை அனைத்துச் செயல்-களுக்கும் விடைகாணவியலாத இறுதிக் கட்டத்தில் அவர்கள் எதிர்-கொண்ட ஒவ்வொரு நிகழ்ச்சிக்கும் பின் ஓர் ஆவி உள்ளது. அதுவே அச்செயல்களை இயக்குகிறது என்ற முடிவுக்கு வந்து விட்டனர். அந்த ஆவிகள் மனிதனின் அனைத்துச் செயல்களையும் இயக்கவல்லன என உறுதியாக அவர்கள் நம்பத் தலைப்பட்டனர்.

இயற்கையின் சீற்றத்திற்கும், களவின் வியத்தகு நிகழ்ச்சிகளுக்கும், எதிரொலி கேட்டதற்கும், அந்தந்தப் பொருள்களில் உரையும் ஆவிகளே காரணமெனப் பழங்கால மக்கள் கருதினர். மனிதன் இறக்கும்போது கண்ணுக்குப் புலப்படாத 'சக்தி' (ஆவி) வெளிப்படுவதாலேயே அவன் இறக்கிறான் என்றும், அச்சக்தி உடலினுள் இருக்கும் வரை உயிருள்-ளவனாக இருக்கிறான் என்றும் கருதினர். "தொன்மை மக்கள் 'ஆவி-உடல்' என்ற கருத்தாக்கத்தை ஏற்படுத்திக் கொண்ட பின்னர் அடுத்த கட்டத்தில் உலவும் ஆவி (Free Soul), உடல் ஆவி (Body Soul) என்ற இரண்டு ஆவிகள் உடலில் உள்ளன என்று நம்பினர். உலவும் ஆவி உடலிலிருந்து வெளியே சென்று அன்றாடச் செயல்களோடு தொடர்புற்றுப் பின் மீண்டும் உடலுக்குள் வந்து உறைகிறது. ஆனால் உடல் ஆவி எப்போதும் உடலுக்குள்ளேயே உறைந்துள்ளது. அது எப்-போது உடலை விட்டு வெளிப்படுகிறதோ அப்போதே இறப்பு நிகழ்-கிறது. உலவும் ஆவி சுவாசத்திற்கும் நிழலிற்கும் காரணமாக அமை-கின்றது. உடல் ஆவியோ இரத்தம், தலை (உடல் ஆவி இருப்பதாக எண்ணிய உறுப்பு) ஆகியவற்றின் உருவமாக இருக்கிறது என நம்பி-

னர்" (பக்தவத்சல பாரதி,; பாண்பாட்டு மானிடவியல், ப.495) என்றும், "தொன்மை மனிதன் மனிதனிடம் மட்டுமின்றி மிருகங்கள், செடி கொடிகள், சடப் பொருட்கள் முதலியவற்றிலும் கூட ஆவி அல்லது ஆன்மா உறைவதாக நம்பினான்" (Emile Durkhim, The Elementary Forms of Religious Life, p.62) என்றும் டைலர் குறிப்பிடுகிறார்.

மனிதன் அடைந்த பாதிப்பிற்கும் இயற்கைச் சீற்றத்திற்கும் காரணம் ஆவிகளே என்ற உணர்வு பழங்கால மனிதனிடம் வேரூன்றியது. ஆவிகளினால் ஏற்படும் பாதிப்பைப் பற்றி, "ஆவிகளும் ஆன்மாவும் மனிதர்கள் மற்றும் விலங்குகளின் வாழ்க்கையைப் பாதிக்கின்றன என்றும் சுற்றியுள்ள இயற்கை நிகழ்ச்சிகளின் மீதும் பாதிப்பை ஏற்படுத்துகின்றன என்றும் தொன்மை மனிதன் நம்பினான்" (ஆ.சிவசுப்பிரமணியம், நாட்டார் வழக்காற்றியல் தொகுதி 5: மந்திரம், ப.6) என்றும், ஆவிகளினால் நன்மை விளையும் என்பதை, "மனிதன் உயிரோடு இருக்கும்போது நல்லவனாக இருந்தால் ஆவியாக நல்லது செய்வான். இத்தகைய நம்பிக்கை மக்களிடையே வளர்ச்சி அடையும்போது நன்மையளிக்கும் ஆவியை வழிபடத் தொடங்கினான்" (ஆ.சிவசுப்பிரமணியம், நாட்டார் வழக்காற்றியல் தொகுதி-5: மந்திரம், ப.22) என்றும் கூறுகிறார் ஆ.சிவசுப்பிரமணியம்.

நன்மையளிக்கும் ஆவியை வழிபட்டதைவிட அச்சத்;தின் பொருட்டு ஆவியை வழிபடத் தொடங்கினான் என்பது சாலப் பொருந்தும். அகால மரணமடைந்தவர்களது நினைவு திரும்பத் திரும்ப வரும்பொழுது அந்நினைவு தம்மையும் பாதிப்பில் தள்ளிவிடுமோ என்ற அச்சத்திலும் வழிபடத் தொடங்கினான்.

உயிரினங்கள் பிறந்து வாழ்ந்து மடிகின்றன என்று ஆதிமனிதன் எண்ணினான். இறப்பும் தொடர்ந்து நடைபெறுவதைக் கண்டான். இறந்த உயிரினங்கள் மீண்டும் பிறக்கின்றன என நம்பினான் இறந்த உடலை விட்டு அவனுக்குப் பலனாகாத ஏதோவொன்று பிரிந்து செல்கின்றது என்றெண்ணி அதற்கு ஆவி என்று பெயரிட்டான். அதனை வழிபட ஆரம்பித்தான். இதனையே, "இறந்தவர்களின் ஆவி குறித்த சிந்தனையே தெய்வங்களின் தோற்றத்திற்கு அடிப்படை என்பது கருத்து" (Elmore.W.R., Eravidian Gods in Modern Hinduism, p.31) என்கிறார் எல்மோர்.

ஆவிகளைப் பற்றி அமெரிக்கானா என்சைக்ளோபீடியா, "இயற்கை சார்ந்த பொருட்களில் உறைந்திருக்கும் ஆவி நன்மை செய்யக் கூடியது என்ற அடிப்படையில் தெய்வீக ஆவி, தூய ஆவி குறித்த சிந்தனைகள் உறுப்பெறலாயிற்று. இவை உறையும் பொருட்கள் புனிதமாகக் கருதப்-பட்டன" (Encyclopedia Americana, vol.II, p.37) என்று விளக்-கமளிக்கிறது. இத்தகைய புனிதப் பொருட்கள் தம்முடைய சமுதாயம் முழுவதையும் காப்பாற்றுகிறது என்ற அடிப்படையில் சடங்குகளை அப்-பொருட்கள் மீது ஏற்றி வழிபட்டனர். இவை இயற்கை, விலங்கு, மானு-டம் சார்ந்தவையாகவும் இருந்தன.

சங்க இலக்கியத்தில் குறிப்பிட்டுள்ள அணங்கு, சூர், பேய் போன்-றவற்றை ஆவி ஆற்றல் கூறுகளாகக் கருத இடமிருக்கிறது. இவற்றை மக்கள் வழிபட்ட செய்தியையும் குறுந்தொகை வழி அறிய முடிகின்றது.

அணங்கு

அணங்கு என்பதற்குத் தமிழ்ப் பேரகராதி வருத்தம், நோய், அச்சம், அழகு, வடிவு ஆகிய பொருள்களைக் கூறுகிறது.

அணங்கு என்றால் சிரித்துத் தழுவி வருத்தும் தெய்வம் என்ற பொருளைச் சுட்டுகிறது குறுந்தொகை. தம் தலைவி இளமையானவள் என்றும் நாணல் முளையைப் போன்ற ஒளியை உடைய பற்களை உடையவள் என்றும் வளையலை அணிந்த கையை உடையவள் என்-றும் வருணிக்கும் தலைவன் அவள் கொடிய பாதிப்பை ஏற்படுத்தும் அணங்கானாள் என்கிறான். இதனை,

இளையள் முளைவா யெயிற்றள்
வளையுடைக் கையளெம் மணங்கி யோளே (குறுந்.119)
என்னும் அடிகள் சுட்டுகின்றன. அதேபோன்று,
தொன்றுமுதிர் வேளிர் குன்றார்க் குணாது
தன்பெரும் பௌவ மணங்குக தோழி (குறுந்.164)
என்னும் பாடலடிகளும் கொடிய பாதிப்பை ஏற்படுத்துகிறது, வருத்-தத்தைத் தருகிறது என்னும் பொருளையே தருகின்றன. மேலும், குறுந்-தொகை 204 ஆம் பாடலிலும் அணங்கு என்பது வருத்தும் என்னும் பொருளிலேயே வருகின்றது.

அணங்கு என்பது மனிதன் உணரமுடியாத தன்மையை உடையது. இயற்கைக்கு மாறுபட்டது. அளவில் சிறியதாய் இருக்கும் ஒன்று பெரி-

யதாயும் அமையும். அதனால் மக்கள் அச்சமுற்று வழிபடலாயினர். அணங்கு என்பது உணர முடியாத ஒன்று என்றும்,

அணங்கும் பிணியு மன்றே நுணங்கி
கடுத்தலுந் தணிதலு மின்றே (குறுந்.136)

என்றும் மனிதனுக்கு நேரும் பிணியோடு தொடர்புபடுத்துகிறது குறுந்தொகை. இதற்கு, ''புறத்தே நின்று தாக்கும் தெய்வம், பேய், சிறு-கிப் பெறுத்தல் உடையது'' (குறுந்தொகை மூலமும் உரையும், ப.316) என்று விளக்கம் தருகிறார் வி. நாகராசன். அணங்கு என்பதற்கு, ''காம நெறியால் உயிர்கொள்ளும் தெய்வமகள்'' (திருக்குறள் உரை, ப.418) என்கிறார் பரிமேலழகர்.

கொழுங்குடிச் செல்வரும் பிறகும் பேஎய்
மணம் புணர்ந்தோங்கிய அணங்குடை நல்லில் (அகம்.99)

என்னும் அகநானூற்று அடிகளும் அணங்கு என்பதை வருத்தும் தெய்வமாகவே காட்டுகின்றன.

பொதுவாகச் சங்ககாலத்தில் அணங்கு என்னும் சொல் வருத்தும் ஒன்றாகவும் தெய்வமகளாகவும், பேயாகவும் இடம்பெற்றுள்ளமை ஆவி வழிபாட்டையே முன்வைக்கிறது.

சூர்

சங்க இலக்கியத்தில் சுட்டப்படும் மீவியல்பு ஆற்றல்களில் சூர் என்;பதும் ஒன்று. அணங்கைப் போலவே வருத்தும் தெய்வமாகவும், பலிபெறும் தன்;மையுடையதாகவும் இருந்தமையைக் குறுந்தொகை வழி உணரமுடிகிறது. இத்தகைய சூர்மகள் சுனையில் உறைந்திருப்பவள் என்பதனை,

நேர்மலர் நிறைசுனை உறையும்
சூர்மகள் மாதோ என்னுமென் னெஞ்சமே
(சு.வித்தியானந்தன், தமிழர் சால்பு, ப.150)

எனத் தலைவன் சொல்வதாகச் சு. வித்தியானந்தன் கூறுகிறார்.

சூர் என்னும் தெய்வம் பிற உயிர்களின் மீது ஏறிவரும். தெய்வம் ஏறி வரப்பெறும் உயிர்களுக்கு இனம் புரியாத நிகழ்வுகள் சில நிகழும். இன்-றையக் காலங்களில் சாமியாடல், உடல் மெலிதல், நாவைக் கடித்தல், கைகளைப் பிணைத்துக் கொள்ளுதல், கீழே விழுந்து உருளுதல் போன்-றவை நிகழ்கின்றன. அதே போன்று சூர் தெய்வம் ஏறப் பெற்ற நபர்

நடுங்கிய படியே இருப்பார். நடுங்கியபடியே செய்யவேண்டிய செயல்க-
ளைச் செய்வார் என்பதை,

சூர்நசைந் தனையையாய் நடுங்கல் கண்டே (குறுந்.52)

என்னும் குறுந்தொகை அடி சுட்டுகின்றது. சூர்மகள் ஒரு பெண்மீது
ஏறிவரப் பெற்றமையை இவ்வடி உரைக்கின்றது. அப்பெண் நடுக்கத்து-
டன் காணப்படுகிறாள். அதேபோன்று,

சூர் உறு மஞ்ஞையின் நடுங்க (குறிஞ்சி.169)

என்னும் குறிஞ்சிப்பாட்டு அடி மயிலின் மீது வரப்பெற்றமையையும்,
மயில் நடுங்கியமையையும் குறிப்பிடுகிறது.

மலைப் பகுதியில் வாழும் மக்களைக் காப்பாற்றுவது சூர் என்னும்
தெய்வமாகும். பகைவர்கள் அணுகமுடியாத அளவிற்குத் தம்மைப் பாது-
காப்பாகப் பார்த்துக்கொள்ளும் தெய்வம் சூர் என்று நம்பினர் சங்ககால
மக்கள். இதனை,

மன்னுயி ரறியாத் துன்னரும் பொதியிற்

சூருடை யடுக்கத் தாரகங் கடுப்ப (குறுந்.376)

என்னும் அடிகள் குறிப்பிடுகின்றன. மலைப்பகுதியையும், மலை மக்-
களையும் காக்கும் தெய்வம் சூர் என்பதை,

சூர்புகல் அடுக்கத்து (மலைபடு.239)

என்று மலைபடுகடாமும் மெய்ப்பிக்கிறது.

மலை, மரம், நீர் ஆகியவற்றில் உறையும் தெய்வங்களில் பெரும்பா-
லானவை வருத்தும் தெய்வங்கள் ஆகும். வருத்தமும் அச்சமும் தரும்
காரணத்தால் இத்தெய்வங்களை அணங்கு என்றும் சூர் என்றும் குறிப்-
பிடுகின்றனர். இவற்றின் மேல் சூளுரைத்தால் அதனைச் செய்யத் தவற-
மாட்டார் என்பது அக்கால வழக்கு. தாம் செய்த சூளுரையைச் செய்யா-
மல் தவறும் பட்சத்தில் அத்தெய்வங்கள் அவர்களைத் தண்டித்துவிடும்
என்பதுவே இதற்குக் காரணமாகும்.

சூரர மகளிரொ டுற்ற சூளே (குறுந்.53)

எனத் தலைவன் ஒருவன் தலைவி ஒருத்தியின் முன்கைகளைப் பற்-
றிச் சூர் மகளின் மேல் ஆணையிட்டு உரைத்த உறுதிமொழிகள் எடுத்-
துக் காட்டப்படுகின்றன.

சூர் கடவுளுக்கெனப் பலியாக இடப்பட்ட தினைக்கதிரைத் தெரியா-
மல் உண்ட மயில் வெறியாடும் மகனைப் போல நடுங்குகின்ற காட்சி-
யைப் பின் வரும் பாடலில் காணமுடிகின்றது.

வெறியுறு வனப்பின் வெய்துற்று நடுங்கும்
சூர்மலை நாடன் (குறுந்.105)

இப்பாடலடிகளின் மூலம் ஒரு செயல் சரியாக நடைபெறத் தெய்-
வங்களை அஞ்சி அதற்குப் பலியிடுதல் அவசியம் என்பதும், அவ்வாறு
பலியிட்டவற்றைத் தெரியாமல் உண்பவர்களைத் தெய்வம் வருத்தும்
என்பதும் அக்கால மக்களின் நம்பிக்கையாக இருந்ததை உணரமுடிகி-
றது.

பேய்

பேய், பிசாசு, பூதம் என்பது இன்னும் நம்மிடையே காணப்படும் நம்-
பிக்கையாகும். வாழ்க்கையில் குறை ஆயுளைக்கொண்டு முடிந்தவர்கள்
இப்படித் திரிவர் என்று மக்கள் கருதினர். தம்மைக் கவர்ந்தவர்களைப்
பேய் பிடிக்கிறது என்றும் அவர்கள் மூலம் தமக்குப் பிடித்தவற்றை நிறை-
வேற்றிக் கொள்கிறது என்பதும் மக்களின் நம்பிக்கை. அதேபோல் தமக்-
குப் பாதிப்பு ஏற்படுத்தியவர்களைப் பழிவாங்கவும் பேயாக அலைகிறது
என்பதும் மக்களின் நம்பிக்கையாகும். அதனால் பேயை மக்கள் வழி-
படலாயினர். இறந்தவரின் ஆத்மா சாந்தியடைய அவர்களுக்குப் பிடித்-
தமானவற்றைப் படைப்பர். இறந்தவர் கடவுளாக மாறிவிட்டார் என்று
அவர்களுக்கு வழிபாடும் நடத்துவர். அவ்வழிபாடாகச் சாந்தி வழிபாடு
இயற்றுதல் இடம் பெறுகிறது. அதனை,

மறிக்குர லறுத்து திணைபிரப் பிரீஇச்

••••••••• ••••••••• ••••••••• •••••••••

வேற்றுப்பெருந் தெய்வம் பலவுடன் வாழ்த்தி (குறுந்.263)

என்னும் அடிகள் அறிவிக்கின்றன.

பேய் என்னும் சொல்லே சங்ககால மக்களை அச்சுறுத்தியுள்ளது.
ஆகவே, அக்கால மக்கள் பேயைக் கடவுளாக வழிபட்டுள்ளனர் என்-
பதற்கு அக்கால மக்கள் காணும் கொடூரம் அனைத்தையும் பேய்க்கு
ஒப்பிட்டுக் கூறுவதனைச் சான்றாகக் கொள்ளலாம். அதற்கு

பழுஉப்பில் லன்ன பருவுகிர்ப் பாவடி

இருங்களிற் றினநிரை யேந்தல் வரின்மாய் (குறுந்.180)

என்னும் குறுந்தொகை அடிகள் பொருந்தும். கொடிய நகங்களை
உடைய அடிகளைக் கொண்ட யானையைக் காணும் பொழுதும் பேயின்
பற்களைப் போன்று அடிகளையுடையது என்னும் ஒப்புமை அக்கால
மக்களின் பேயச்சத்தைக் காட்டுகிறது.

பேய்கள் தெய்வங்களாக ஆல், மா, கடம்பு போன்ற மரங்களில் வாழும் என்;னும் நம்பிக்கை இருந்தது. பேய்க் கடவுள் வாழும் மரத்தியே மக்கள் எல்லோரும் ஒன்று கூடும் மன்றம் எனப்பட்டது. அந்தந்த ஊர்களில் எல்லோரும் கூடும்; நிலையில் வளர்ந்திருந்த மரங்களில் ஏதோ ஒன்றின் அடியாக மன்றம் காணப்படும். இம்மன்றங்களின் மரத்தில் அச்சம் தரும் தெய்வங்கள் வாழுவதாகவும் அக்கடவுள்கள் தண்டிக்கும் என்ற நம்பிக்கையும் இருந்தது.

மன்ற மராஅத்த பேஎழுதிர் கடவுள் (குறுந்.87)

பெரும்பூட் பொறையன் பேஎழுதிர் கொல்லி

கருங்கட் டெய்வங் குடவரை யெழுதிய (குறுந்.89)

என்னும் பாடல் அடிகளில் மரங்களில் பேய்கள் கடவுளாக வாழ்ந்தன என்று சங்ககால மக்கள் எண்ணியதாகக் குறுந்தொகை குறிப்பிடுகிறது.

இயற்கை வழிபாடு

மனிதனின் அச்ச உணர்வும் குற்ற மனப்பான்மையும் வழிபாடு தோன்றக் காரணமாக இருந்துள்ளது. இயற்கையானது இடி, மின்னல், மழை, அலை, புயலின் வாயிலாக மனிதனுக்கு அச்சமூட்டியது. தான் செய்த குற்றமே இயற்கையின் சீற்றத்திற்குக் காரணம் என்று நம்பிய மனிதன் தன்னைத் தற்காத்துக்கொள்ள வழிபடத் தொடங்கினான். இச்செயல் வழிபாட்டின் தொடக்கமாகவும் தோற்றமாகவும் அமைந்தது. "ஆவிகள் நம்பிக்கையும் ஆவிகள் சாராத ஆற்றலின் நம்பிக்கையும் சமயத்தின் தோற்றத்திற்குக் காரணமன்று; இயற்கையின் ஆற்றல் மீது கொண்ட நம்பிக்கையே காரணம்" (எடுத்தாளப்பட்டது: பக்தவத்சல பாரதி, மானிடவியல் கோட்பாடுகள், ப.263) என்று மேக்ஸ் முல்லர் கூறினார். இவர்தம் கொள்கை 'இயற்கை வழிபாடு' (Naturism) எனப்படும்.

நிலம், நீர், காற்று, ஆகாயம், தீ ஆகிய ஐம்பெரும் பூதங்களின் சீற்றங்களுக்கு ஆளானான் மனிதன். அவற்றின் மீது பயம் ஏற்பட்டது என்றாலும் இயற்கை தனக்காகப் படைக்கப்பட்டது என்பதை உணர்ந்தான். ஆகவே தனக்கு நன்மைகள் உருவாகவும் இயற்கைச் சீற்றங்களிலிருந்து தம்மைக் காத்துக் கொள்ளவும் இயற்கையினை வழிபட ஆரம்பித்தான்.

மக்களின் வாழ்க்கைமுறை படிநிலை வளர்ச்சி பெற்று வந்துள்ளது. உலகத்தின் இயக்கம் என்பது வாழ்க்கை முறையோடு ஒன்றியுள்ளது. அதன் இயக்கமும் புரியாத ஒன்றாகவும் இருந்தது. எனவே, உலக இயக்கங்களுக்குப் புறம்பின்றி அமையும் இயற்கைப் பொருளெல்லாம் வழிபாட்டுக்கு உரியனவாக மாறின. "மனித இனத்தவரிடையே சமயம் பற்றிய நம்பிக்கை முதன்முதலில் ஏற்பட்டிருக்குமாயின் அது இயற்கைப் பொருளின் ஆற்றலில் நம்பிக்கை கொண்டு அப்பொருள்களை வழிபட்-டதன் மூலமே ஏற்பட்டிருக்கும்" (எடுத்தாளப்பட்டது: பக்தவத்சல பாரதி, மானிடவியல் கோட்பாடுகள், ப.263)

காற்று, மழை, நெருப்பு, கடல், நிலா, சூரியன், தீ, மரம் முதலிய இயற்கைக் கூறுகளும் வழிபாட்;டிற்குரியனவாக மாறின. மனிதன் இப்-பொருட்களில் தம்மை மீறிய ஆற்றல் உறைவதாக அச்சங்கொண்டு அதனை அனுசரித்து வாழப் பழகிக் கொண்டான்.

இயற்கைக் கூறுகளான சூரியன், சந்திரன், தீ, மழை, இடி, மின்னல், மரம் போன்ற இயற்கைப் பொருட்கள் மட்டுமல்லாது பாம்பு, பாம்புசேர் மதி (கிரகணம்), விசும்பு வீழ் கொள்ளி (எரி நட்சத்திரம்) போன்றவற்-றையும் சங்ககால மக்கள் வழிபட்டமையைக்; குறுந்தொகை வழி அறிய முடிகின்றது.

ஞாயிறு வழிபாடு

உலகத்தின் இருளை அகற்றிப் பகலைக் கொடுத்து மக்களுடைய தொழிலைத் தடைபடாமல் செய்யும் சூரியனைச் சங்ககால மக்கள் 'ஞாயிறு' (குறுந். 315) என்னும் சொல்லால் அழைத்தனர். இதனை,

விளங்கு பகல் உதவிய பல்கதிர் ஞாயிறு (அகம்.91)

என்னும் அகநானூற்று அடி உறுதிசெய்கின்றது. ஞாயிற்றின் இயல்பு பற்றி,

ஞாயி றனையன் றோழி

நெருஞ்சி யனையவென் பெரும்பணைத் தோளே (குறுந்.315)

என்ற அடிகள் விளக்கும். சூரியனை எதிர் நோக்கும் நெருஞ்சியின் இயல்பு இங்கு ஒப்பிடப்படுகிறது. நெருஞ்சி சூரியன் இருக்கும் திசையை நோக்கும் தன்மை கொண்டது. நெருஞ்சி மட்டுமின்றி உலகின் இயக்கம் அனைத்தும் சூரியனை நோக்கியே அமைந்துள்ளது என்பதையே இப்-பாடலடிகள் குறிப்பாகச் சுட்டுகின்றன. உலகிற்குப் பலவகைச் செல்வங்-

களைத் தருவது ஞாயிறே. உலகிற்கு ஒளியைத்தந்து ஒவ்வொரு பொரு-
ஞுக்கும் ஊக்கம் தந்து அவற்றை இயங்கச் செய்வது ஞாயிறாகும்.

சூரியக் கதிரானது உலகம் முழுவதும் பரப்பப்பட்டு எல்லா உயிர்-
களுக்கும் வாழ்வளிக்கக் கூடியது. இதனைப் பின்வரும் மருதக்கலிப்
பாடல் அடி மெய்ப்பிக்கின்றது.

விரிகதிர் மண்டிலம் வியல் விசும்பு ஊர்தர (கலி.6)

உலக இயக்கத்திற்குக் காரணம் சூரியனே. சூரியனே தினமும்
தோன்றி ஒளி தந்து மறைகிறான். இயங்கும் தன்மை கொண்ட இயற்-
கையைக் கண்ட மக்கள் வியந்தனர். தம்மை விட ஆற்றல் வாய்ந்தது
என்று உணர்ந்து தமக்கு நன்மை உண்டாக்கக் கூடியது என்னும் நம்பிக்-
கையைக் கொண்டனர். அதனால் சூரியனை மக்கள் வழிபடத் தொடங்-
கினர்.

திங்கள் வழிபாடு

சங்க காலத்தில் பிறையைத் தொழும் மரபு வழக்கில் இருந்தது.
திருமணம் ஆகாத கன்னிப் பெண்களும், பிறரும் பிறைச் சந்திரனைத்
தொழுவர். திருமணம் ஆகாத கன்னிப் பெண்கள் பிறையைத் தொழு-
தால் திருமணம் இனிதே நடைபெறும் என்பது அக்கால வழக்கமாக
இருந்தது. இதனை உறுதிசெய்யும் விதமாகக் குறுந்தொகையில் ஒருபா-
டல் இடம் பெற்றுள்ளது.

பிறைத் திங்கள் சங்கு வளையலை உடைத்தாற் போன்ற வடிவ-
முடையதாகக் காணப்படும். கன்னியர் பலரும் பிறையைத் தொழுது
கொண்டிருக்கின்றனர். அவர்கள் மட்டுமின்றி அனைத்துப் பருவத்தின-
ரும் பிறையைத் தொழுத வண்ணமே உள்ளனர். அவர்கள் தொழும்
பிறையானது செம்மையான வானத்தில் முந்தைய நாள் தோன்றிய
அளவில் இல்லாமல் இன்னும் பெரியதாக வெளிப்படுகிறது. இதனை,

வளையுடைத் தனைய தாகிப் பலர்தொழச்

செவ்வாய் வானத் தையெனத் தோன்றி

இன்னம் பிறந்தன்று பிறையே (குறுந்.307)

என்னும் அடிகள் பகர்கின்றன. இப்பாடலில், தலைவனைத் தம்மிடம்
சேர்க்கும் பொருட்டும் திருமணம் நிறைவேறும் பொருட்டும் கன்னியர்
வேண்டுவது குறிப்பிடப்படுகிறது. திருமணம் ஆகாத பெண்கள் பிறை-
யைத் தொழுதால் திருமணம் நடைபெறும் என்பதும், தலைவனைப்
பிரிந்தவர் தலைவனுடன் சேருவர் என்பதும், ஏனையோர் நினைப்பது

நிறைவேறும் என்பதும் இவ்வடிகள் மூலம் அறியமுடிகின்றன.

பிறைத் திங்களானது வளர்ந்து வரும் இயல்புடையது. அவ்வாறு வளர்ந்து வரும் திங்களை, அமாவாசையை அடுத்த இரண்டாம் நாள் கண்டால் துன்பத்தை விளைவித்துவிடும்; மூன்றாம் நாள் காண்பதே சிறந்தது என்பது அக்கால மக்களின் நம்பிக்கை.

பகல் பொழுதில் ஒளிதருவது ஞாயிறு, அதனைப் போல இரவுப் பொழுதில் ஒளியையும் குளிர்ச்சியையும் தருவது திங்கள். அமாவா-சையன்று திங்களின் உருவம் முற்றும் மாய்ந்துவிடுகின்றது. அந்நாளின் அடுத்தநாள் தொடங்கி பிறை பிறந்து வளர்ந்து வருகின்றது. மூன்றாம் நாளில் தோன்றும் பிறையைத், 'தொழுதுகாண் பிறை' என்கிறது குறுந்-தொகை.

ஒரு மாதத்திற்கு ஒருமுறையே தோன்றுவது மூன்றாம் பிறை. அதனை சங்க கால மக்கள் மகிழ்ச்சியோடு வரவேற்றுத் தொழுதனர் என்பதை,

தொழுதுகாண் பிறையிற் றோன்றி யானுமக்
கரிய மாகிய காலை (குறுந்.178)

என்னும் பாடலடிகள் உரைக்கின்றன.

இப்பாடலடிகளில் மூன்றாம் பிறை என்பது ஒரு மாதத்திற்கு ஒரு-முறை மட்டும் தோன்றும் என்பதால் அந்நாளை வெகுவாகக் கொண்-டாடினர் என்பது தெரியவருகிறது. இதனை, ''பிறை மூன்றாம் நாட் சந்திரன். அது திங்களுக்கொருமுறையே தோன்றுவதாதலினன் காட்சிய-ருமைக்கு உவமை கூறினால் கார்த்திகைப் பிறையுமாம்'' (குறுந்தொகை மூலமும் உரையும், ப.337) என்று விளக்கம் தருகிறார் உ.வே. சாமிநா-தையர்.

மூன்றாம் நாள் தொழுதுகாண் பிறையைப் போன்றே எட்டாம் நாளன்று காணும் பிறையும் வழிபாட்டிற்கு உரிய நாளாகக் கருதப்படுகி-றது. இதனை,

மாக்கட னடுவ ணெண்ணாட் பக்கத்துப்
பசுவெண் டிங்க டோன்றி யாங்கு (குறுந்.129)

என்னும் அடிகள் உரைக்கின்றன. பொலிவோடு தோன்றக்கூடியது எட்டாம் நாள் வெள்ளிய பிறைத்திங்கள். அது வளமையின் சின்;னமாக விளங்குவதாகும்.

சந்திரன் சிவன் திருமுடியில் அமைந்துள்ளமையால் பண்டைக்கால மகளிர் பிறையைத் தொழுதனர் என்பதை உணர்த்தும் விதமாக,

உச்சி நின்ற உவவுமதி கண்டு

தொழுதனம் அல்லமோ பலவோ (புறம்.60)

என்னும் புறநானூற்று அடிகள் அமைகின்றன.

திங்களானது உலகத்திற்குத் தண்மையுடைய ஒளியைத் தந்து உலக மக்களின் உயரிய இன்பத்திற்கு வித்திட்ட காரணத்தால் வணங்கப்பட்டு வழிபாடாக மலர்ந்தது. பிறையைத் தொழுது வணங்கும் மரபு இன்றும் இருக்கின்றது என்பது குறிப்பிடத்தகுந்தது.

தீ வழிபாடு

இயற்கைச் சீற்றமே வழிபாட்டிற்குக் காரணம் என்பதை விளக்கும் வகையில் தீ வழிபாடு அமைகின்றது. மூங்கில்கள் ஒன்றோடு ஒன்று உராய்வதால் ஏற்படும் காட்டுத் தீ சங்ககால மக்களை மிகவும் அச்சு-றுத்தியது. உணவுப் பொருட்களைப் பக்குவப்படுத்த, இருளைப் போக்கி ஒளியைத் தந்து உலக மக்களைக் காப்பாற்றவும் தீ பயன்பட்டது. இவ்-விரு வேறுபட்ட காரணங்களும் தீ வழிபாட்டிற்குக் காரணமாயின.

1. அச்சநிலை

2. பயன்பாட்டு நிலை

அச்சநிலையில் தீயை வழிபட்ட நிலையே தொடக்க நிலையாகும். பயன்பாட்டு நிலை என்பது அதனையடுத்துத் தோன்றியதாகும்.

வேதக் கடவுளாகத் தீக்கடவுள் கூறப்படுகிறார். தீயில் ஒரு பொருளை இட்டால் அது புனிதப்படுகிறது என்னும் கருத்தடிப்படையிலே 'தீ' கடவுள் வடிவம் பெற்று வழிபாட்டிற்குரியதாகக் கருதப்படுகிறது. ஆகவே, புனிதம் பற்றிய சிந்தனை வழிபாட்டிற்குக் காரணமாகும். தீயில் உணவுப் பொருளை இட்டுவைப்பதால் உணவானது கடவுளைச் சென்ற-டையும் என்ற நம்பிக்கையில் வேள்விகள் செய்யப்பட்டன.

அவியுணவு படைத்தல் போன்றவை தீ வழிபாட்டில் அடங்கும். இவ்-வாறு தீ வழிபாடு கடவுள் நிலைக்கு உயர்த்தப்பட்டு அக்கினிக் கடவு-ளாக நடைமுறைப்படுத்தப்பட்ட தீ வழிபாட்டைக் குறுந்தொகையி;ல் இரு நிலைகளில் உணரமுடிகின்றன. அவை:

1. வேள்வி வழிபாட்டுமுறை

2. விளக்கு வழிபாட்டுமுறை

என்பன.

வேள்வி வழிபாடு

பண்டைக் காலத்து மக்களிடம் வேண்டியதைப் பெறவேண்டும் என்ற வேட்டல் இருந்தது. இதுவே காலப்போக்கில் வேண்டுதல் என்ற இறை சார்ந்த பண்பாக மாறியிருக்கவேண்டும். வேட்டல் செய்பவர்களை,

அறுவகைப்பட்;ட பார்ப்பனப் பக்கம்

ஐவகை மரபின் அரசர் பக்கம்

இருமூன்று மரபின் ஏனோர் பக்கம் (தொல்.பொருள்.புறத்.1)

என்று மூன்றாகப் பகுக்கிறார் தொல்காப்பியர். அந்தணர், அரசர், வணிகர் மட்டுமே அக்கினியை வளர்க்கும் தன்மையை உடையவர் என்று குறிப்பிடுகிறார்.

அந்தணர்கள்

அந்தணர்கள் தீயைக் கடவுளின் மறு வடிவமாகக் கருதினர். இதனைக் குறுந்தொகையும் பிற சங்க இலக்கியப் பாடல்களும் கூறு- கின்றன. வேள்வி முறையில் தீ வழிபாடு என்பது இன்றியமையாத ஒன்- றாகக் கருதப்படுகிறது. நெய், பொரி, மரச்சுள்ளிகள் ஆகியவற்றைச் சேர்த்து வேள்வித்தீயை வளர்த்தனர்.

வேள்வியின் வாயிலாக விரும்பியதைப் பெறலாம் என்ற நம்பிக்கை இருந்துள்ளது. இதனை,

வெள்வா யம்பின் கோடைப் பொருநன்

பண்ணி தைஇய பயங்கெழு வேள்வியின்

விழுமிது நிகழ்வதாயினும் (நாட்டுப்புற வாழ்வியல், ப.8)

என்ற இரா. பாலசுப்பிரமணியனின் வரிகள் மூலம் அறியமுடிகின்றது. வேள்வித் தீயை வளர்க்கும் அந்தணர்களை,

கடவு ணண்ணிய பாலோர் (குறுந்.203)

என்று குறிப்பிடுகின்றது குறுந்தொகை. அந்தணர்கள் தீயைக் கடவு- ளாகக் கண்டனர். தீயை வளர்ப்பதற்கு நெய்யைப் பெய்தனர் என்பதை,

நெய்பெய் தீயி னெதிர்கொண்டு

தான்மணந் தனையம் (குறுந்.106)

என்னும் அடிகள் தெரிவிக்கின்றன.

விளக்கு வழிபாட்டுமுறை

தீ வழிபாட்டின் மற்றொரு வகை விளக்குகள் வெளியிடும் நெருப்பை வழிபடும் வழக்கம். பாவை விளக்கு என்பது இதற்குச் சான்றாகும். மாலை வேலைகளில் பெண்கள், கைவினைக் கலைஞர்களால் செய்யப்-

பட்ட விளக்கினை ஏற்றிக் கையில் ஏந்தி வழிபடுவது பாவை (நோன்பு) விளக்காகும். இதனை குறுந்தொகைப் பாடல் (195) குறிப்பிடுகிறது.

மங்கையர் விளக்கேற்றல், குத்து விளக்கேற்றல் போன்றவை விளக்கு வழிபாட்டுமுறையில் அடங்கும். விளக்கேற்றி வழிபடுவதன் எச்சமாக இன்றும் மின்சார விளக்கு எரியத் தொடங்கும்போது கடவுளை வழிபடு-வதைக் காணமுடிகிறது.

மர வழிபாடு

இயற்கை சார்ந்த சக்திகள் பசுமையான மரங்களில் குடிகொண்டிருப்-பதாக மனிதன் நம்பினான். இதனால் குறிப்பிட்ட சில மரங்கள் வழி-பாட்டிற்கு உரியவையாய் மாறின. இதுவே பின்னாளில் மர வழிபாடாய் மலர்ந்தது. எந்தத் தெய்வக் கோயிலுக்குச் சென்றாலும் அங்கு அந்தத் தெய்வத்திற்கென்று ஒரு மரம் இருப்பதை இன்றும் காணமுடிகின்றது. இம்மரம் தலமரம், தல விருட்சம் என்று கூறப்படுகின்றது.

தெய்வங்களுக்கான மரங்களைப் பின்வரும் வகையில் வகைப்படுத்-துகிறார் ஒ.முத்தையா (பண்பாட்டுப்பதிவுகள், ப.119-120).

சிவபெருமான் - ஆலமரம்

மீனாட்சியம்மன் - கடம்பமரம்

விநாயகர் - அரசமரம்

சிவலிங்கம் - அரசமரம், வேம்புமரம் இணைந்தது

மாரியம்மன் - வேம்புமரம்

கண்ணகி - வேங்கை மரம்

"மரங்கள் வளமையின் குறியீடாய் இன்றளவும் கருதப்பட்டு வரு-கின்றன. நாட்டுப்புறத் தெய்வங்கள் பெரும்பாலும் ஏதாவதொரு மரத்தின் கீழ் அமைந்திருப்பதையும் மரத்தோடு இணைத்து அவை வழிபடப்படுவ-தையும் நடைமுறையில் காணலாம்" (ஒ. முத்தையா, பண்பாட்டுப்பதிவு-கள், ப.120).

ஆலமரம், கடம்ப மரம், மாமரம் போன்றவற்றில் கடவுள் உறைந்-ததாகச் சங்ககால மக்கள் நம்பினர் என்பதை மெய்ப்பிக்கின்றது குறுந்-தொகை.

பொதியில் என்று சொல்லக்கூடிய ஊர்மன்றங்களில் இருக்கும் மரங்-களில் தெய்வம் குடிகொண்டிருப்பதாக அக்கால மக்கள் நம்பினர். ஆகையால் அம்மன்றங்கள் மற்றும் மரங்களைத் தூய்மை செய்து, சுக-

துக்க நிகழ்வுகளுக்கும், மக்கள் ஒன்று கூடிப் பேசுவதற்கும், முக்கிய முடிவுகளைக் காண்பதற்கும் ஏற்ற அம்பலமாகப் பயன்படுத்தினர். இங்கு நீதி வழங்கப்பட்டது. மக்கள் அனைவரும் ஒன்று கூடி இன்புற்றிருக்க-வும், பிரச்சினைகளைத்; தீர்த்துக்கொள்ளவும் மன்றங்கள் பயன்பட்டன. மன்றங்கள் உள்ள மரத்தை வழிபட்டு ஒவ்வொரு செயலையும் தொடங்-குவர். அவ்வாறு வழிபட்டால் அம்மரத்தில் உள்ள தெய்வம் தமக்குத் துணைநிற்கும்; தம்மைக் காக்கும் என்பது அக்கால மக்களின் நம்-பிக்கை. அதே சமயம் தீய வழிகளில் செயல்பட்டால் அம்மரத்தில் உறையும் தெய்வம் தம்மைத் துன்புறுத்தும் என்பதிலும் கவனமாகச் செயல்பட்டனர் அக்கால மக்கள்.

ஊர் மன்றத்தில் உள்ள கடம்ப மரத்;தில் உறைகின்ற அச்சம் தரக்-கூடிய பழமைவாய்ந்த கடவுள் கெடுதலைச் செய்யக்கூடிய கொடியவர்-களை அழித்துவிடும் என்பதனை,

மன்ற மராஅத்த பேஎழுதிர் கடவுள்
கொடியோர்த் தெறூஉம் மென்ப (குறுந்.87)

என்னும் குறுந்தொகை அடிகள் உரைக்கின்றன. மராஅம் என்பது செங்கடம்ப மரமாகும். செங்கடம்ப மரத்தில் உறையும் தெய்வம் கொடி-யோரைத் துன்புறுத்திக் கொன்றுவிடும் என்பதைப் போன்றே நல்லோரை வளமாக வாழவைக்கும் என்ற நம்பிக்கையும் சங்க காலத்தில் இருந்தது.

மன்றங்களில் கடம்பமரத்தைத் தவிர மூதாலம் என்னும் ஆலமரங்க-ளும் இருந்தன என்பதைத்,

தொன்மூ தாலத்துப் பொதியிற் றோன்றிய
நாலூர் கோசர் நன்மொழி போல (குறுந்.15)

என்னும் அடிகள் குறிப்பிடுகின்றன. இப்பாடலில் தொல் மூதாலம் என்பது பழமையான ஆலமரத்தைக் குறிக்கும். ஆல மரத்திலும் தெய்-வம் உறையும் என்பதும், இம்மரத்தின் அடியில் நன்மையைத் தரும் மொழிகளையே பேசவேண்டும், அப்போது தான் தெய்வம் துணை நிற்-கும், இல்லையெனில் துன்பத்தை விளைவித்துவிடும் என்பதும் சங்க கால மக்களின் நம்பிக்கை. இதனை விளக்கவே ஆலமரத்தின் அடியில் நான்கு ஊர்களைச் சார்ந்த கோசர் குடியினரின் பிழையாத வாய்மொழி போல என்னும் உவமை இடம் பெற்றுள்ளது.

ஊர் மன்றங்களில் உள்ள மரத்தில் அச்சம் தரும் தெய்வங்கள் வாழ்-வதாகவும் அது அங்கு நடப்பவற்றைக் காண்பதாகவும் சங்க கால மக்-

கள் நம்பினர். அத்தெய்வங்கள் தவறுகளைத் திருத்தவும், தண்டிக்கவும் செய்யும் என்னும் நம்பிக்கையில் மன்றங்கள் மரங்கள் உண்மை பேசும் இடங்களாகவும் வழிபடுமிடங்களாகவும் காணப்பட்டன.

இம்மரங்களில் உறையும் தெய்வங்களுக்கு மகிழ்ச்சி உண்டாக வேண்டி நெடிய மாலைகளை அம்மரக் கொம்புகளில் தொங்கவிடுவர். இன்றும் ஆலமரங்களின் கொம்புகளில் மாலைகளும், வளையல்களும் கட்டித் தொங்கவிடப்படும் வழக்கம் நம் மக்களிடையே காணப்படுகிறது.

மழை வழிபாடு

மழையின் சிறப்பைப் பொறுத்தே சங்க கால மக்களின் வாழ்வும் சிறப்புற்றிருந்தது. மழை இன்மையால் சங்க கால மக்கள் கடும் துன்-பத்திற்கு ஆளாக நேர்ந்தமையைக் கண்டு திணைப் பயிர்கள் செழித்து வளர மழை வேண்டிப் பல்வேறு வழிபாடுகளைச் செய்துள்ளனர் சங்க கால மக்கள்.

கடிப்பிகு முரசின் முழங்கி யிடித்திடித்துப்
பெய்தினி வாழியோ பெருவான் (குறுந்.270)

என்னும் பாடலில் மழை வேண்டி முரசு முழங்கி வழிபடுகிறார்கள். அதேபோன்று,

ஊதுலைப் பெய்த பகுவாய்த் தென்மணி
மரம்பயி லிறும்பி னார்ப்ப (குறுந்.155)

என்னும் பாடலில் திணைப்புனம் நன்கு விளையவேண்டும் இல்லை-யென்றால் தாம் வறுமையடைய நேரிடும் என்று உழவர்கள் பலர் ஒன்று சேர்ந்து ஊது கோல்களால் ஊதி ஓசையை எழுப்பி ஆரவாரம் செய்து மழை வேண்டி வானத்தைப்பார்த்து வழிபட்டமையும் அறியமுடிகின்றது.

இடி, மின்னல்

இடி, மின்னல் இரண்டும் மழையின் தேவையைப் பொறுத்து வணங்-கப்பெற்றது. மழை குறைந்த காலங்களில் மழை பெய்யவேண்டும் என்-பதற்காக இடியும், மின்னலும் வணங்கப்பட்டமையும் சங்கப்பாடல்களின் வழி அறியமுடிகிறது. பொதுவாக இடிமுழக்கம் மக்களுக்கு அச்சத்தை ஏற்படுத்தியது. மழை, வெள்ளம் அதிகரித்தபோது இடியோசை மேலும் பயமுறுத்தியது.

மின்னலால் பார்வைக் குறைபாடும், பார்வை பறிபோதலும் ஏற்படும் என்பதால் அதனைக் கண்டு அஞ்சி வழிபடலாயினர். அது ஒரு புற-மிருக்கக் கார்காலம் நெருங்கிய வேளையில் தலைவன் வராமையால்

கலங்கும் தலைவிக்குக் கார்கால மின்னலானது மேலும் கலக்கத்;தைத்
தருகிறது. தலைவிக்கு மின்னல் கொடியது செய்யும் விதமாக,

என்னெனப் படுங்கொ றோழி மின்னுபு
வானோர் பிரங்கு மொன்றேர் (குறுந்.194)
········ ········· ··········· மாமழை
இன்னும் பெய்ய முழங்கி
மின்னுந் தோழியென் னின்னுயிர் குறித்தே (குறுந்.216)

என்னும் பாடலடிகள் இடம்பெறுகின்றன. மழை வேண்டி வழிபடும்
விதமாக,

வேனிற் குன்றத்து வெவ்வரைக் கவாஅன்
மழை முழங்கு கருங்குர லோர்க்கும் (குறுந்.396)

என்னும் அடிகள் அமைகின்றன. நீர் வேட்கை மிகுதியால் யானை-
கள் இடிமுழக்கத்தை வேண்டி நிற்பதாக இப்பாடல் அமைந்துள்ளது.
இடி, மின்னல் இரண்டும் வந்தால்தான் மழை பெய்யும் என்னும் நோக்-
கோடு அவ்விரண்டையும் வரவேற்கும் பொருட்டு,

தாழிரு டுமிய மின்னித் தண்ணென
வீழுறை யினிய சிதறி யூழிற்
கடிப்பகு முரசின் முழங்கி யிடித்திடித்துப்
பெய்தினி வாழியோ பெருவான (குறுந்.270)

என்னும் பாடலடிகள் அமைந்துள்ளன.

பாம்பு

'பாம்பைக் கண்டால் படையும் நடுங்கும்' என்பது பழமொழி. பாம்புக்-
குப் பால் வார்ப்பதும், முட்டையை உணவாகத் தருவதும் மரபாகப் பின்-
பற்றப்படும் வழக்கமாக உள்ளது. இதற்குப் பாம்பின் மீது உள்ள அச்சமே
காரணமாகும். ஏனெனில் பாம்பு நச்சுத்தன்மை உடையது. பாம்பிடமி-
ருந்து தம்மைத் தற்காத்துக்கொள்ளப் பாம்பை வழிபட்டனர்.

விடத்தன்மை அதிகம் உடைய பாம்பை 'நல்ல' என்னும் அடை-
மொழி சேர்த்து 'நல்லபாம்பு' என்று அழைப்பது உலக வழக்கு. அதே
அடைமொழி குறுந்தொகையில் இடம் பெற்றிருப்பது குறிப்பிடத்தகும்
வகையில் அமைந்துள்ளது. இதனை,

நல்லராக் கதுவி யாங்கென்
அல்ல னெஞ்ச மலமலக் குறுமே (குறுந்.43)

என்னும் அடிகள் சுட்டுகின்றன. நல்லபாம்பு தீண்டினால் உயிர் பிழைப்பது அரிது என்ற செய்தியையும் குறுந்தொகை பதிவுசெய்துள்ளது.

தோற்றத்தால் அழகிய கோடுகளை உடையதானாலும் பாம்பு செய-லால் கொடிய தன்மையது. வெண்ணிறக் கோடுகளை உடைய பாம்பின் குட்டி ஒன்று காட்டு யானையையே வருத்தியது என்ற செய்தியை,

சிறுவெள் எரவி னவ்வரிக் குருளை

கான யானை யணங்கி யாஅங் (குறுந்.119)

என்னும் அடிகள் கூறுகின்றன.

பாம்பு படம் எடுத்து ஆடும்;;. கொடிய விடத்தை உமிழும் என அமைந்த,

வெஞ்சின வரவின் பைந்தலை துமிய

உரவுறு முரறு மரையிரு ணடுநாள் (குறுந்.190)

என்னும் அடிகள் குறுந்தொகையில் இடம்பெற்றுள்ளன.

பாம்பைக் கண்டு மக்கள் நடுங்கினர். அதோடு அது உரித்த தோலைக் கண்டும் அச்சப்படும் அளவிற்கு அதைக் கொடிய விசமியாக நினைத்தனர் சங்ககால மக்கள். அதற்கு,

யாங்கறிந் தனர்கொ றோழி பாம்பின்

உரிநிமிர்ந் தன்ன வுருப்பவி ரமைய (குறுந்.154)

ஓம்புமதி வாழியோ வாடை பாம்பின்

தூங்குதோல் கடுக்குந் தூவெள் எருவி (குறுந்.235)

என்னும் பாடல்கள் சான்றாக அமைந்துள்ளன.

கொடிய விசத்தன்மை வாய்ந்த அச்சத்தைத் தரக்கூடிய உயிரினமான பாம்பைச் சங்ககால மக்கள் வழிபடலாயினர். இதனை ஒரு குறுந்தொ-கைப் பாடல் தெரிவிக்கின்றது. தலைவி, தலைவனின் குணநலன்களைப் பற்றிக் கூறும்பொழுது. நம் காதலர் கீழ் உலகில் வாழும் நாகக் கன்னி-யர்களை விரும்ப மாட்டார் என்னும் விதமாக,

நிலந்தொட்டுப் புகாஅர் வான மேறார்

விலங்கிரு முந்நீர் காலிற் செல்லார் (குறுந்.130)

என்னும் அடிகள் குறுந்தொகையில் இடம்பெறுகின்றன. நிலத்தைத் தோண்டிக் கீழே சென்றால் நாக உலகத்துக் கன்னியர் இருப்பர் என்ற கூற்று, பாம்பின் மீது அச்சத்தால் தெய்வமாக்கப்பட்டமையும் அதற்கெ-னத் தனி உலகம் உள்ளது என்று நம்பியமையும் நாக வழிபாட்டை உறு-திசெய்கிறது. இது பாம்பின் பால் சங்ககால மக்கள் கொண்டிருந்த அச்-

சத்தையும், அவ்வச்சத்தைப் போக்க அதனைப் பெண்ணாக உருவகம் செய்து வழிபட்டமையையும் அறிய முடிகிறது.

பாம்பு உமிழும் மாணிக்க மணியைக் கண்டும் அதன் ஒளிரும் தன்மையைக் கண்டும் சங்ககால மக்கள் வியந்தனர்.

பாம்புமிழ் மணியிற் றோன்றும்
முந்தூழ் வேலிய மலைகிழ வோற்கே (குறுந்.239)

என்னும் பாடலடிகள் அதனை உறுதிசெய்கின்றன. நவரத்தினங்களில் ஒன்று மாணிக்கம். பாம்பிலிருந்து வரும் மணியையும் பிரகாசமான ஒளியையும் கடவுள் என மதித்து வழிபட்டனர் சங்ககால மக்கள்.

பாம்பு சேர் மதி (கிரகணம்)

மதியைப் பாம்பு பற்றுதல் (விழுங்குதல்) பற்றிய செய்தி சங்கப்பாடல்களில் ஆங்காங்கே கூறப்பட்டுள்ளன. உவாக்காலத்தில் (பெளர்ணமிக் காலத்தில்) ஊதாகிய நிறைமதியே அரவினால் பற்றப்படும். பாம்பானது மதியைப் பற்றி விழுங்கி அதனை மறைப்பது சந்திர கிரகணம் என்று சொல்லப்படுகிறது. கிரகணக் காலங்களில் நிலாவின் ஒளி மழுங்கிப்போகும். அதனால் பாம்பு நிலவை விழுங்கி விட்டது என்ற நம்பிக்கை சங்க காலத்தில் இருந்தது.

அரவுக் குறைப்படுத்த பசுங்கதிர் மதியம் (நற்.377)
பாம்பு ஊர்மதி (நற்.122)
பாம்பு சேர்மதி (கலி.15)
அரவு செறி உவவுமதி (பரி.10)
அரவு நுங்கு மதியின் நுதல் ஒளி கரப்ப (அகம்.313)

என்னும் சங்கப் பாடல் அடிகள் கிரகணத்தைப் பற்றிக் குறிப்பிடுகின்றன. கிரகணத்தைப் பலரும் கூடிக் கண்டுகளித்துப் பேசிக்கொள்வர் என்கிறது குறுந்தொகை. அதனை,

அரவுநுங்கு மதியினுக் கிவனோர் போலக்
களையா ராயினுங் கண்ணினிது படஇயர் (குறுந்.395)

என்னும் அடிகளின் மூலம் சந்திர கிரகணத்தை அறியமுடிகின்றது.

பாம்பின் மீது மக்களுக்கு ஒருபுறம் அச்சம் இருக்க மறுபுறம் பாம்பு மதியை விழுங்குவதால் அவ்வச்சம் மேலும் வளர்ந்து வழிபாடாக மாறியது. இன்றைக்கும் கிரகணத்திற்கு முன்னரும், பின்னரும் நாட்டுப்புறமக்கள் தங்கள் இருப்பிடங்களைத் தூய்மைப்படுத்திச் சுத்தமாக இருப்பர்.

விசும்பு வீழ் கொள்ளி (எரி நட்சத்திரம்)

விசும்பு வீழ் கொள்ளி என்பது இக்காலத்தில் எரிநட்சத்திரம் எனப்-படுகிறது. விண்ணிலிருந்து பூமியைத் தாக்கும் (பூமியில் மோதும்) அபா-யகரமான நெருப்பைக் கண்டு மக்கள் அச்சமுற்றனர். அச்சத்தின் கார-ணமாக அதனை வழிபடலாயினர்.

விண்ணிலிருந்து வீழும் நெருப்பானது பசும்பயிர்களை அழித்துவிடும் தன்மையுடையது. இயற்கையை நாசப்படுத்தும் தன்மையது என்பதை,

இளம்பிறை யன்ன விளங்குசுடர் நேமி

விசும்புவீழ் கொள்ளியிற் பைம்பயிர் துமிப்ப (குறுந்.189)

என்னும் அடிகளில் கூறுகிறது குறுந்தொகை. தலைவன் ஏறிச்சென்ற தேர்ச் சக்கரம் பசும் பயிர்களை அழித்துச் செல்லும் செயலுக்கு விசும்பு வீழ் கொள்ளியின் தீங்கு ஒப்புமையாகக் கூறப்பட்டது. இந்தப் பாதகச் செயலிலிருந்து தம்மைக் காத்துக்கொள்ள வேண்டி அதனை வழிபட ஆரம்பித்தனர் சங்ககால மக்கள்.

குலக்குறி வழிபாடு (Totemism)

மனிதன் தனக்கும் ஒரு குறிப்பிட்ட பொருளுக்கும் நெருங்கிய தொடர்புண்டு என்று நம்பினான். அப்பொருளே தம்முடைய குலத்தின் அடையாளம் என்று கருதினான். ஒவ்வொரு சமூகத்தைச் சார்ந்தவர்க-ளும் ஒரு குறிப்பிட்ட தாவரம், விலங்கு ஆகியவற்றிலிருந்து தமது குலம் தோன்றியதாக நம்பினர். இப்பொருள்களைத் தம் குலத்தின் வளர்ச்-சிக்குரிய முக்கியப் பொருள்களாகக் கருதினர். இத்தகைய குலக்குறிப் பொருள்கள் வாழ்க்கையின் எல்லா நிலைகளிலும் முதன்மை பெற்று விளங்கின.

தொன்மை மக்கள் காடுகளில் வாழ்ந்தனர். இவர்கள் வேட்டை நிலையில் வாழ்ந்ததோடு விலங்குகளைப் பழக்கிப் பயன்படுத்தவும் தெரிந்துகொண்டனர். விலங்குகளோடு தொடர்பு கொள்வதன் மூலம் தன்னுடைய குலம் பெருகும் என்று நம்பினர். எனவே, அத்தகைய விலங்கு மற்றும் தாவரங்களின் பெருக்கத்திற்குச் சடங்குகளை மேற்-கொண்டு வழிபடலாயினர்.

விலங்குகளிலும், தாவரங்களிலும் தம்மை மீறிய ஆற்றல் உறை-கின்றது என்ற நம்பிக்கையின் அடிப்படையில் தோன்றியது ஆவியுலகக் கோட்பாடு. இந்நம்பிக்கையை யொட்டி எழுந்ததினால் சடங்குகள் உரு-வாயின. இதுவே காலப்போக்கில் குலக்குறி வழிபாடாகத் தோற்றம் கொண்டது. மனிதன் தன்னுடைய உணவிற்கு அடிப்படையாக விளங்கும்

தாவரம் மற்றும் விலங்குகளைத் தன் உடன்பிறப்பாகவே கருதினான். ஆகவே, அவற்றை வழிபட நினைத்தான்'' (அருள்தாசு, சங்ககால வழி-பாட்டு நெறிமுறைகள், ப.117).

ஒரு குறிப்பிட்ட மரங்களையோ அல்லது தாவரங்களையோ தங்க-ளின் குல மரபுச் சின்னங்களாக வழிபட்டு வந்தனர். அந்;;தக் குல-மரபுச் சின்னத்திலிருந்து தான் அவர்கள்; தோன்றியதாகக் கருதினர். அதில் தெய்வம்; உறைந்திருக்கிறது என்றெண்ணி அதனை வழிபட்-டனர். இதனை,

ஆலமும் கடம்பும் (பரி.67)

என்னும் பாடலடியொன்று கூறுகின்றது. ஆலமரத்தையும், கடம்பம-ரத்தையும் தெய்வ மரங்களாக எண்ணி மக்கள் வழிபட்டு வந்தமையை இயற்கை வழிபாட்டின் வழி குறுந்தொகையில் காணமுடிகிறது.

கடம்ப மரம் கடம்பர்களின் குலக்குறியாக இருந்துள்ளது என்பதை, ''திதியன் என்னும் குறுநில மன்னனின் காவல் மரமான புன்னை மரத்தை அன்னி என்ற குறுநில மன்னன் வெட்டி வீழ்த்தினான்'' (அகம்.126) என்னும் கூற்று உறுதிசெய்கிறது.

முருக வழிபாட்டில் குலக்குறி

குறிஞ்சித் திணைக் கடவுள் முருகன். அவன் கையில் ஒளியை வீசக்கூடிய நீண்ட வேலினை உடையவன், சேவல், மயில் கொடியை ஏந்தியவன் என்பதை,

நெஞ்சுபக வெறிந்த வஞ்சுடர் நெடுவேற்

சேவலங் கொடியோன் காப்ப (குறுந்.கடவுள் வாழ்த்து)

என்னும் அடிகள் உரைக்கின்றன. முருகன் வேல், கோழி, மயில், செங்காந்தள்மலர் ஆகியவற்றை உடையவனாவான். இவை அக்காலங்-களில் போர் வீரனை அடையாளப்படுத்துகின்றன. வீரர்கள் கையில் வேல் இருப்பது மரபு, மயில் இறகு, சேவற்கொடி அந்நாட்டின் சின்னம். போருக்குச் செல்லும் முன் காவல் மரங்களை வணங்கி இவற்றைச் சூடிச் செல்வது வழக்கம். ''முருகன் என்பவன் நடுகல் தெயவமாக இருந்தி-ருக்கவேண்டும். வெற்றியைக் கொடுப்பது என்ற கருத்து அரண் செய்-யும்'' (அருள்தாசு, சங்ககால வழிபாட்டு நெறிமுறைகள், ப.125) என்று அருள்தாசு குறிப்பிடுவது பொருந்துவதாக அமைகின்றது.

முருகனுடைய குலம் குறிப்பிட்ட சமூகச் சூழலில் மயில் தோகை-யைத் தன் அடையாளமாகவும் கையில் வேலைக்கொண்டும் காந்தள் மலரைச் சூடியும் போருக்குச் சென்றிருப்பர். கோழிக் கொடியையுடைய-வனை வென்றிருப்பர். வென்று மாற்றானுடைய குலக்குறியான கோழி-யைத் தனதாக்கியிருப்பர். இக்கருத்துக்கேற்ற வகையில், "செங்குட்டுவன் பாண்டியன், சோழன் ஆகிய இருவரின் இனக்குறியீடுகளையும் தன்ன-கத்தே கொண்டவனாகத் 'தென் குமரியாண்ட செருவீற் கயற்புரியான்' என்று இளங்கோவடிகள் குறிப்பிடுவது நோக்கத்தக்கது" (இரா. சீனிவா-சன், சங்க இலக்கியத்தில் உவமைகள், ப.160).

சங்க இலக்கியங்களில் குலக்குறி வழிபாடாகச் சுறாமுள் வழிபாடு இடம் பெறுகிறது. ஆயினும் அவ்வழிபாடு குறுந்தொகையில் இடம் பெறவில்லை.

போலியுருவ வழிபாடு (Fetishism)

மனிதனுக்கு நன்மை செய்யும் ஆற்றல் சில பொருட்களில் உள்ளீ-டாக அமைந்துள்ளது என்ற நம்பிக்கையின் அடிப்படையில் எழுந்ததே 'போலி வழிபாடு' ஆகும். இதனைப் போலிப் பொருள் வழிபாடு என்றும் அழைப்பர்.

இயல்பிறந்த இயற்கையின் ஆற்றல்கள் (Super Natural Power) சில பொருட்களில் உறைந்துள்ளன என எண்ணி அவற்றை வழிபடும் முறை பெரும்பாலான பண்பாடுகளில் காணப்படுகிறது. இப்பொருள்கள் மந்திர ஆற்றல்களைக் கொண்டுள்ளன என்றும், மழை ஆற்றலுக்கு அப்பாற்பட்ட செயல்களைச் செய்யவல்லன என்றும், நற்பலன்களை (Good Luck) ஏற்படுத்த வல்லன என்றும் மக்கள் நம்புகின்றனர்.

போலியுருவ வழிபாட்டில் வழிபாட்டிற்குரிய பொருள்கள் உயிருள்-ளவையாகவோ, உயிரற்றவையாகவோ, இயற்கையானவை யாகவோ, செயற்கையானவையாகவோ உள்ளன. பெரும்பான்மையான பண்பாட்டில் வேட்டைக் கருவிகள், இசைக்கருவிகள், வேளாண்மைக் கருவிகள், மண்டையோடுகள், எலும்புகள், செதுக்கப்பட்ட சிற்பங்கள், விசித்திரமான கற்கள், மரப்பொருட்கள், கையால் வரையப்பட்ட சித்திரங்கள், பொம்-மைகள், பறவையினங்களின் இறகுகள், விலங்கினங்கள் போன்ற பலவ-கையான பொருட்கள் வழிபாட்டுப் பொருட்களாக உள்ளன. இவை-யனைத்தும் இயற்கையை மீறிய ஆற்றல்களைக் கொண்டுள்ளன என்று

மக்கள் நம்புகின்றனர். "தமிழ் நாட்டில் செப்பு அல்லது இரும்பினால் செய்யப்பட்ட தாயத்துக்களைக் கட்டிக் கொள்வதும், மந்திரித்துக் கட்டிக்-கொள்ளப்படும் பிற பொருள்களும், நரிப் பற்களை அணிவதும் போலிப்-பொருள் வழிபாட்டின் தொடர்ச்சியே என்பர்" (பக்தவத்சல பாரதி, மானிடவியல் கோட்பாடுகள், ப.268).

"நாட்டுப்புற வழிபாடுகளில் சடங்காக நிகழ்த்தப்படும் கரகமெடுத்தல், குதிரையெடுப்பு, கல்நடுதல், சூலாயுதம், வேல் ஊன்றுதல், மணிகட்டுதல் போன்றவை போலி உருவ வழிபாட்டின் வளர்ச்சியே ஆகும்" (ஓ.முத்-தையா, பண்பாட்டுப் பதிவுகள், ப.120) என்ற விளக்கம் உருவ வழி-பாட்டின் வளர்ச்சியை விளக்குகிறது.

சங்க கால மக்களின் போலியுருவ வழிபாடாகப் பாவை நோன்பு, பாவை வழிபாடு, புலிப்பல் தாலி ஆகியவற்றைக் குறிப்பிடுகிறது குறுந்-தொகை.

பாவை நோன்பு

பாவை என்பது சிறு பெண்களின் விளையாட்டுக்குரிய பொம்-மையைக் குறிக்கும் பாவையும், பந்தும் அவர்களின் விளையாட்டுப் பொருட்களில் முக்கியமானவை. கைவினைக் கலைஞர்களால் சிறப்புறப் பாவையைப் போன்ற அமைப்போடு விளக்கு செய்யப்பெறும். அவ்வி-ளக்கினைக் கையில் ஏந்தி மாலை வேளைகளில் பாவை தெய்வத்தினை வேண்டி மாடங்களில் விளக்கேற்றுவது பாவை நோன்பாகும். இதனை,

தைவர லசைவளி மெய்ப்பாய்ந் துறுதரச்

செய்வுறு பாவை யன்ன (குறுந்.195)

என்னும் அடிகளால் அறியமுடிகிறது. பாவை விளக்கேற்றிடல் என்-பது தம்மைப்போலப் பாவை தெய்வமும் ஒரு பெண். தாம் அனுபவிக்கும் துன்பத்தைப் பாவை தெய்வத்தால் உணர முடியும். ஆகவே, அத்தெய்-வம் தம் துன்பத்தை நீக்கும் என்ற நம்பிக்கை சங்ககாலப் பெண்களிடம் இருந்தது. அதனால் பாவை என்ற பெண் உருவத்தை விளக்கி வடிவ-மைத்து அதனை வழிபட்டனர்.

பாவை தெய்வங்கள் சங்க காலத்தில் பரவலாகக் காணப்பட்டன. அவற்றில் கொல்லிப்பாவை என்பது புலவர்கள் பலராலும் போற்றி உரைக்கப்பட்ட தெய்வமாகும். "இது சேர மன்னனுக்குரிய கொல்லி மலையின் மேற்புறத்தில் அமைந்திருந்ததாகும். இம்மலை முதலில் வள்-

எல் ஒரிக்கும் பின் சேரமானுக்கும் உரிமைப்பட்டிருந்ததாகத் தெரியவரு-கிறது" (வி.நாகராசன், குறுந்தொகை மூலமும் உரையும், ப.243).

வல்வில் லோரி கொல்லிக் குடவரைப்

பாவையின் மடவந் தனளே (குறுந்.100)

என்னும் அடிகளில் கொல்லி மலையில் தெய்வத்தால் வரையப்பட்ட பாவை உருவம் பேசப்பட்டுள்ளது.

இம்மலை மிகுந்த அச்சத்தைத் தருவதாகும். இங்கே உள்ள பாவை திருவுருவம் மிகவும் அழகு வாய்ந்தது. மகளிரின் அழகுக்கு இப்பா-வையை ஒப்புக் கூறுவது புலவரின் மரபு.

உலகத்தின் இயற்கை அனைத்தும் ஏதோ ஒரு சக்தியின் மூலம் படைக்கப்பட்டது என்பதை உணர்ந்தனர் சங்ககால மக்கள். அந்தச் சக்தி எது என்பதை அறியமுடியாமல் இருந்தனர். அந்நிலையில் உயிரினங்க-ளின் படைப்பிற்கு மனித இனத்தை முன்னோடியாகக் கருதினர். மனித இனம் உருவாவதற்கு முக்கியமான காரணம் பெண்ணின் தாய்மை என்று உணர்ந்தனர். மனித உயிரினங்களைப் படைக்கும் பெண்ணைப் போன்றே உலகத்தின் படைப்பிற்கும் காரணம் பெண் என நம்பினர். இயற்கைப் படைப்பை உள்ளடக்கிய சக்திக்குப் பெண்ணுருவத்தை அமைத்து வழி-பட்டனர். அதுவே பாவை வழிபாடாக வழங்கப் பெற்றது.

பாவை வழிபாட்டில் செய்யப்பெறும் பாவை உருவம் மற்ற பெண்க-ளுக்கு அழகாலும், அறிவாலும், முன்மாதிரியாகத் திகழவேண்டுமெனச் செய்யப்பெற்றது. நாளடைவில் அது தெய்வத்தால் படைக்கப்பெற்றது. தெய்வத் தன்மை வாய்ந்தது எனவும் கருதப்பட்டது. இதனை,

பெரும்பூட் பொறையின் பேழ்முதிர் கொல்லிக்

கருங்கட் டெய்வங் குடவரை யெழுதிய

நல்லியற் பாவை யன்ன (குறுந்.89)

என்னும் அடிகள் விளக்குகின்றன. பேய்த்தெய்வத்தால் வரையப்பட்-டது பாவை வடிவம். ஆகையால் தவறுகளைத் தண்டிக்கும் இயல்புடை-யது என மக்கள் அச்சத்தோடு வழிபடலாயினர்.

தாலி

சங்க காலத்தில் திருமணத்தின் அடையாளமாகப் பெண்கள் கழுத்-தில் தாலி அணியும் வழக்கம் இருந்ததாகத் தெரியவில்லை. ஆனால் குழந்தைகளின் கழுத்தில், கையில் அணியும் ஒருவகை அணிகலனாக விளங்கியது என்பதைக் குறிப்பிடுகிறது குறுந்தொகை. வலிமை மிகுந்த

விலங்குகளின் பற்களையோ அல்லது அதன் வலிமையைக் குறிக்கும் அடையாளத்தையோ குழந்தைகளுக்கு அணிகலனாகச் சூட்டினால் பயம் நீங்கும் என்றும், அது குழந்தைக்கு நேரும் ஆபத்துகளிலிருந்து அவர்-களைக் காப்பாற்றும் என்றும் நம்பினர். ஆகையால் அவ்விலங்குகளின் உறுப்புகளை எடுத்து அணிகலனாகக் குழந்தைக்குச் சூட்டினர். இதனை,

புலிப்பற் றாலிப் புதல்வற் புல்லி

அன்னா வென்னு மன்னையு மன்னோ (குறுந்.161)

என்னும் அடிகளால் அறியமுடிகிறது. அதேபோன்று அகநானூற்றி-லும் ஒரிடத்தில்,

புலிப்பல் கோத்த புலம்பு மணித்தாலி (அகம்.7)

என்று இடம்பெறுகிறது. புலியின் பல்லைத் தாலியாகச் செய்து குழந்-தையின் கழுத்தில் அணிந்தால் புலிபோன்ற சக்தி பெருகும் என்றும், அது குழந்தையைக் காக்கும் என்றும் சங்ககால மக்கள் நம்பினர். இக்-காலத்தில் தாயத்துக் கட்டிக்கொள்ளுதல் கடவுளின் கயிறுகளைக் கட்டிக் கொள்ளுதல், காப்புகளை மாட்டிக்கொள்ளுதல் போன்றவை இவ்வகை போலி உருவ வழிபாடே ஆகும்.

உயிர்ப்பாற்றல் வழிபாடு

"கட்புலனுக்கு அப்பாற்பட்டு எங்கும் நிறைந்திருக்கக்கூடிய மனித சார்பற்ற இயற்கையிறந்த ஆற்றல் உண்டு என்பது தொடர்பான நம்-பிக்கையே உயிரியம் (Animatism) ஆகும்" (Deviorasad, Chatapodaya, Indian philosophy, p.37).

உயரிய நம்பிக்கையிலிருந்து தோற்றம் பெற்றது உயிர்ப்பாற்றல் வழி-பாடு. 'மனா' என்னும் மெலனீசியச் சொல்லிற்கு 'உயிர்ப்புத் தன்-மையுடைய ஆற்றல்' என்பது பொருள். இயற்கையாய் அமைந்துள்ள திறனைப் பெருமளவு மிகுதிப்படுத்தி அதன் மூலம் சாதாரண மனிதர்கள் சாதிக்க இயலாததைச் செய்ய வைக்கும் எந்த ஒர் ஆற்றலுக்கும் மனா என்று பொருள். "உயிரியம் சார்ந்த மனா நம்பிக்கை, இரண்டு வகை அடிப்படைக் கருத்தைக் கொண்டது. எல்லாப் பொருட்களுக்கும் உயிர் உள்ளது என்பது முதல் வகையாகும். உயிர்கள் அத்தனையும் இயங்கும் சக்தியைப் பெற்றிருக்கும் என்பது இரண்டாவது கொள்கையாகும்" (தே. லூர்து, நாட்டார் வழக்காற்றியல், ப.20) என்கிறார் தே. லூர்து.

மனிதன் இறந்த பிறகு அவனுடைய ஆவி உயிருள்ள பொருள்-களுக்கு மாற்றம் பெற்று உறையும் தன்மையுடையது. மனா ஆற்றல் நன்மை தரக்கூடியதைப் போன்றே தீங்கையும் தரக்கூடியது. ஒருவன் தான் பெற்றுள்ள மனா ஆற்றலோடு தன்னை ஒன்ற வைத்துக்கொள்-ளவேண்டும். அவ்வாறு இல்லையெனில் அவனுக்கு அது ஆபத்தை விளைவித்துவிடும் என்று கருதினான்.

ஒருவன் தன்னையொத்த மற்றவரைக் காட்டிலும் மிகுந்த திறன் பெற்றிருப்பதற்கு அவனிடம் உள்ள மனா ஆற்றலே காரணம் என்பது இவ்வகை வழிபாடு. இவ்வழிபாடு சங்ககால மக்களிடம் இல்லாத ஒன்று.

முன்னோர் வழிபாடு

இவ்வுலக வாழ்வு, இம்மை மறுமை கொண்டது. பல பிறப்புகளைக் கொண்டது. ஒரு பிறவியில் செய்வது மறு பிறவியில் அமையும் வாழ்க்-கைக்குக் காரணமாகிறது. ஒரு பிறவியில் ஒருவர் பெறும் ஆற்றல் அவர் இறந்த பின்னும் அவருடைய இனத்தவருடன் தொடர்பு பெறுவது போன்ற நம்பிக்கைகள் முன்னோர் வழிபாட்டிற்கு அடித்தளமாக அமை-கின்றன. "இறந்தவர்களின் ஆவி, வாழ்கின்றவர் வாழ்க்கைக்கு அடிப்-படையாக அமைவதோடு அவர்களின் நலனில் பெரும்பங்கு வகிக்கிறது என்ற கருத்தை அடிப்படையாகக் கொண்டு எழுந்ததே முன்னோர் வழி-பாடு குறித்த நம்பிக்கையாகும். இந்நம்பிக்கையை அடியொற்றி எழுந்-ததே முன்னோர் வழிபாடாகும். ஆவி வழிபாடே முன்னோர் வழிபாட்டில் முக்கிய இடத்தைப் பெற்றது என்பர்" (Will Dussent, Our orient Heritage, pp. 139-140).

முன்னோர் வழிபாட்டிற்கு மிகவும் தொடர்புடைய நம்பிக்கைகளாகச் சிலவற்றைக் குறிப்பிடுகிறார் பக்தவத்சல பாரதி. (மானிடவியல் கோட்-பாடுகள், ப.270). அவை:

1. இறந்த மூதாதையர்களின் ஆற்றலும் அனுபவமும் வாழ்வோரைச் செழுமைப் படுத்தும் என்ற நம்பிக்கையில் மூதாதையர்களை வழிபடுகின்றனர்.

2. இறந்தோரின் ஆசி என்றென்றும் வாழ்வோருக்குக் கிடைக்க வேண்டும் என முன்னோர்களை வழிபடுகின்றனர்.

3. இறந்தோர்களின் விருப்பங்களையும் அவர்களுக்குப் பிடித்தமானவற்றையும் நிறைவேற்றி அவர்களை வழிபடுதல் மூலம் தீய ஆற்றல்களிலிருந்து முன்னோர்கள் தப்பவைப்பார்கள் என்றும் அவர்களும் சினம் கொள்ளாமல் ஆதரிப்பார்கள் என்றும் நம்பி முன்னோருக்கு வழிபாடு செய்கின்றனர்.

என்பனவாகும்.

நடுகல் வழிபாடு

முன்னோர் வழிபாடு என்பது சங்ககாலத்தில் நடுகல் வழிபாடாக இருந்தது. நாட்டு மக்களைக் காத்தல் வேண்டும் என்னும் நோக்குடன்; தமது உயிரையும் எண்ணாமல் பகைவருடன் போர் புரிந்து உயிர்துறந்த வீரர்களைத் தெய்வமாக எண்ணி வழிபடும் வழக்கம் தொல்காப்பியர் காலத்திற்கு முன்பாகவே இருந்துள்ளதை,

காட்சி, கால்கோள், நீர்ப்படை, நடுகல்

சீர்த்தகு சிறப்பின் பெரும்படை வாழ்த்தல் என்று

இருமூன்று வகையில் கல்லொடு புணர

(தொல்.பொருள்.புறத்.60)

என்ற நூற்பாவழி அறியமுடிகின்றது. "நால்வகை நிலங்களுக்கும் தெய்வங்களாகக் குறிக்கப்பட்டிருப்பவர்களும், அந்த நிலத்திலே வாழ்ந்த சிறந்த வீரர்களாக இருந்திருக்கலாம்" (சாமி. சிதம்பரனார், மக்கள் வாழ்வும் ஒழுக்கமும், ப.66) என்கிறார் சாமி. சிதம்பரனார்.

நடுகல் வழிபாட்டைப் பற்றிச் சங்க இலக்கியம் பெரும்பான்மை எடுத்துரைப்பினும் அதனைப் பற்றிக் குறுந்தொகையில் காணப்பட-வில்லை.

திணைசார் தெய்வ வழிபாடு

தொல்காப்பியர் காலத்திலேயே தமிழர்களிடம் தெய்வ நம்பிக்கை குடிகொண்டிருந்தது. தமிழர்கள் பல தெய்வங்களை வணங்கினார்கள். தெய்வ நம்பிக்கையைப்பற்றி,

தெய்வம் சுட்டிய பெயர்நிலைக் கிளவி (தொல்.சொல்.கிளவி.4)

என்று உரைப்பதன் வழி அறியமுடிகிறது.

குறிஞ்சி, முல்லை, பாலை, மருதம், நெய்தல் என்று ஐந்து வகை-யாகப் பிரிக்கப்பட்டிருந்த சங்க காலத்தில் புவியியல் மண்டலங்களில்

வாழ்ந்த மக்கள் தத்தம் நிலத்திற்குரியது இவ்வைந்து நிலங்களுள்,
முல்லை, குறிஞ்சி, மருதம், நெய்தல் ஆகிய நான்கினைக் குறிப்பிட்டு
அவை ஒவ்வொன்றிற்கும் மாயோன், சேயோன், வேந்தன், வருணன்
ஆகிய நான்கு தெய்வங்களைப் பின்வருமாறு வரையறுக்கிறது தொல்-
காப்பியம்,

> மாயோன் மேய காடுறை உலகமும்
>
> சேயோன் மேய மைவரை உலகமும்
>
> வேந்தன் மேய தீம்புனல் உலகமும்
>
> வருணன் மேய பெருமணல் உலகமும்
>
> முல்லை குறிஞ்சி மருதம் நெய்தலெனச்
>
> சொல்லிய முறையில் சொல்லவும் படுமே (தொல்.பொருள்.அகத்.5)

தொல்காப்பியத்தின் அணுகுமுறைப்படிப் பாலை என்பது கிடையாது.
ஆனால் சிலப்பதிகாரமோ முல்லையும் குறிஞ்சியும் முறைமையின் திரிந்-
தால் பாலை என்னும் வடிவத்தைப் பெரும் என்று கூறுகிறது. அதாவது,

> வேனலங் கிழவனொடு வெங்கதிர் வேந்தன்
>
> தானலந் திருகத் தன்மையிற் குன்றி
>
> முல்லையும் குறிஞ்சியும் முறைமையில் திரிந்து
>
> நல்லியல் பிழந்து நடுங்கு துயர் உறுத்து
>
> பாலை யென்பதோர் படிவங் கொள்ளும் (சிலம்பு.காடுகாண்.62-66)

என்று கூறுகிறது. ஐந்தாவதாகிய பாலையின் கடவுள் கொற்றவை.
ஆகவே இந்நிலத்தில் கொற்றவை வழிபாடு நிகழ்த்தப்பெறுகிறது.

முருக வழிபாடு

முருகன் குறிஞ்சி நிலத்தின் தெய்வம். மலைவாழ் மக்கள் இத் தெய்-
வத்தினை வணங்குவர். இதனை,

> குன்றன் கொன்ற குன்றாக் கொற்றத்து
>
> விண்பொரு நெடுவரைக் குறிஞ்சிக் கிழவ (திருமுருகு.237)

என்று நக்கீரார் குறிப்பிடுவார். முருகப் பெருமானை வழிபாடு செய்-
யும் வேலன் என்பவனை அழைத்து வெறியாடச் செய்து தான் வேண்டி-
யதை வேண்டியவாறு பெற்றனர் குறிஞ்சித்திணை மக்கள் என்பதை,

> மென்றோ ணெகிழ்த்த செல்லல் வேலன்
>
> வென்றி நெடுவே ளென்னு மன்னையும் (குறுந்.111)

என்னும் அடிகள் குறிப்பிடுகின்றன. இவ்வடிகளில் முருகக் கடவுளை
வழிபட்டுத் தன் மகளின் நோயைக் குணப்படுத்த நினைக்கிறாள்

அன்னை. முருகன் தன்கையில் உள்ள வேலைக் கொண்டு உலகமக்க-
ளுக்கு நன்மை செய்கிறான் என்பதை,

சுடர்வாய் நெடுவேற் காளையொடு (குறுந்.378)

என்னும் அடி சுட்டுகிறது.

உலகத்தைக் காப்பவன் முருகன். அவனை வழிபட்டால் நன்மை
பிறக்கும் என்கிறது குறுந்தொகையின் கடவுள் வாழ்த்துப்பாடல்.

தாமரை புரையுங் காமர் சேவடிப்

பவழத் தன்ன மேனித் திகழொளிக்

குன்றி யேய்க்கு முடுக்கைக் குன்றின்

நெஞ்சுபக வெறிந்த வஞ்சுடர் நெடுவேற்

சேவலங் கொடியோன் காப்ப (குறுந்.கடவுள் வாழ்த்து)

என்னும் அடிகளில் தாமரை வேரைப் போன்ற அழகிய செம்மை-
யான திருவடிகளையும் பவழத்தை ஒத்த சிவந்த மேனியையும், சிவந்த
ஆடையையும், நெடிய வேலினையும், கோழிச் சேவலை வரைந்த
கொடியையும் உடையான் முருகன். அவன் இவ்வுலகத்தைக் காத்தலால்
இவ்வுலகமக்களுக்குத் துன்பமில்லை என்று குறிப்பிடப்பட்டுள்ளது.

முருகனுக்கு வெறியாட்டு நிகழ்த்தி வழிபடுவதையும் பதிவு செய்துள்-
ளது குறுந்தொகை.

நனைமுதிர் புன்கின் பூத்தாழ் வெண்மணல்

வேலன் புனைந்த வெறியயற் கலந்தொறும்

செந்நெல் வான்பொரி சிதறியன்ன (குறுந்.153)

என்னும் அடிகளில் முருக வழிபாடு இடம்பெறுகிறது. புன்னை மலர்-
கள் சூழ்ந்த மணல் பரப்பில் களம் அமைத்துத் தூய்மைசெய்து செந்-
நெல்லையும், பொரியையும் தூவி வாழ்த்தி வழிபடுவர். முருகவழிபாட்-
டின்பொழுது பலியிடுதலும் இடம்பெறும். ஆட்டுக் குட்டியை அறுத்து
அதன் இரத்தத்தை வெறியாட்டுக் களத்தில் தெளித்து முருகனை வழி-
படுவர் என்;பதனை,

மறிக்குர லறுத்துத் திணைப்பரப் பிரீஇச்

செல்லாற்றுக் கவலைப் பல்லியங் கறங்கத்

தோற்ற மல்லது நோய்க்குமருந் தாகா

வேற்றுப்பெருந் தெய்வம் பலவுடன் வாழ்த்தி (குறுந்.263)

என்னும் அடிகள் குறிப்பிடுகின்றன.

திருமால், இந்திரன், வருணன்

சங்ககாலத்தில் முல்லை நிலத்து ஆயர்கள் வழிபட்ட தெய்வம் திரு-மால். திருமாலை வணங்கி காடுறை ஆயர்கள் வாக்குக் கேட்பதும் விரிச்சி கேட்டலும் திருமால் வழிபாட்டில் சிறப்பிடம் பெறுகிறது. மருத நிலத்து உழவர்கள் உலகிற்கு உயிரென விளங்கும் இந்திரனைத் தெய்-வமாக வணங்கி மலர்தூவி வாழ்த்தி இந்திர விழா நிகழ்த்தினர். கடலில் மீன் பிடித்து வாழும் நெய்தல் நில மக்கள், வாழ்வு வளம் சிறக்க வேண்-டித் தமது இல்லத்தில் சுறாமீனின் கொம்பினை நட்டுவைத்து வழிபட்-டனர். இத்தெய்வங்களைப் பற்றிய செய்திகள் குறுந்தொகையில் இடம்-பெறவில்லை.

கொற்றவை வழிபாடு

அகத்திணைகள் ஏழினுக்கும் ஏழு புறத்திணைகளைக் கூறும்; தொல்காப்பியர், குறிஞ்சிக்குப் புறனாக வெட்சித்திணையை முன்வைக்-கிறார். அதன் பதினான்கு துறைகளையடுத்துக் கூடுதலாகச் சொல்லும் போது,

மறங்கடைக் கூட்டிய குடிநிலை சிறந்த
கொற்றவை நிலையும் அத்திணைப் புறனே (தொல்.பொருள்.புறத்.4)

எனக் கொற்றவை நிலையைக் குறிப்பிடுகிறார். இதற்கு விளக்க-மளிக்கும் சாமி. சிதம்பரனார், "வீரத்தினால் அடைந்த வெற்றியைக் கொண்டாடுவதற்குத் துடிநிலை என்று பெயர். அவ்வெற்றிக்குத் துணை செய்த தெய்வம் கொற்றவை. அத்தெய்வத்தைப் புகழ்ந்து வாழ்த்திட வணங்கும் விழாவுக்குக் கொற்றவை நிலை என்று பெயர்" (பழந்தமிழர் வாழ்வும் வளர்ச்சியும், ப.21) என்று உரைக்கின்றார்.

சங்க இலக்கியத்தில் இரண்டு இடங்களில் 'கொற்றவை' என்னும் பெயரிலேயே சுட்டப்படுகின்றாள். முருகனை வருணிக்கும் நிலையில்,

வெற்றி வெல்போர்க் கொற்றவை சிறுவ
இழையணி சிறப்பின் பழையோன் குழவி (முருகு.258-259)

என்று திருமுருகாற்றுப்படையில் குறிப்பிடப்படுகிறது. இதில் முரு-கனின் தாய் கொற்றவை என்று சுட்டப்பெறுகின்றாள். பரிபாடலிலும் (11:100) கொற்றவை என்னும் சொல் இடம்பெறுகிறது. கலித்தொகையில் 'கொற்றி' (29:8) என்று பதிவு செய்யப்பட்டுள்ளது. ஏனைய சில இலக்கியங்களில் வேறு பெயர்களால் கொற்றவை அழைக்கப்படுகிறாள். அவை: 'பழையோள்' (திருமுருகு.259), 'காமனர் செல்வி' (அகம்

345:3-5); விடர்முகை அடுத்தது விறல்கெழு சூலி (குறுந். 218:1) என்-
பனவாகும்.

பல்வேறு நம்பிக்கைகளின் அடிப்படையில் கொற்றவைக்கு நடத்;தப்-
பட்ட வழிபாடுகளையும் அவ்விலக்கியங்கள் பேசுகின்றன. தலைவனைப்
பிரிந்திருக்கும் தலைவி அவனுடைய வருகைக்காகச் சூலி என்னும்
கொற்றவையை வழிபடுவதை,

விடர்முகை யடுக்கத்து விறல்கெழு சூலிக்குக்
கடனும் பூணாங் கைந்நூல் யாவாம்
புள்ளும் மோராம் விரிச்சியு நில்லாம் (குறுந்.218)

என்னும் அடிகள் விளக்குகின்றன. இவ்வடிகளில் கொற்றவையை
வழிபட்டு உயிர்ப்பலி கொடுத்தல்; முதலிய நேர்த்திக்கடன்கள் செய்வதாக
வேண்டிக் கொள்ளுதல் சங்ககாலத்தில் வழக்கமாக இருந்திருக்கிறது.

முடிவுகள்

- மனித மனநிலையின் விளைவான அச்சம், நம்பிக்கை, மந்திரம்
ஆகியவை ஒன்றிணைந்து வழிபாடாக உருப்பெற்றது. நாளடைவில்
தாம் கண்டவற்றை வழிபாட்டு உருவமாக்கி (தெய்வம்) அதனை
வழிபடும் இடம் (கோயில்) ஒன்றை அமைத்தனர் மக்கள். ஒரு
சமூகத்தின் அல்லது நிறுவனத்திற்குப்பட்ட ஒரு தனிப்பட்ட தெய்வம்
அல்லது ஒரு தொகுதியாக அமையும் தெய்வங்கள், முனிவர்,
தெய்வீக ஆற்றலால் உந்தப்பட்டவர்களின் சமய நம்பிக்கைகளும்,
பிற செயல்பாடுகளும் உள்ளடங்கியதே வழிபாட்டு மரபாக
விளங்குகிறது.

- பழந்தமிழரின் வழிபாட்டு மரபாக இயற்கையைத் தெய்வமாக
வழிபட்டமையைக் காணமுடிகின்து. சங்ககால மக்களிடம் இருந்த
வழிபாட்டு முறைகளாக ஆவி வழிபாடு, உயிர்ப்பாற்றல் வழிபாடு,
இயற்கை வழிபாடு, குலக்குறி வழிபாடு, போலியுருவ வழிபாடு,
முன்னோர் வழிபாடு ஆகியவை காணப்படுகின்றன.

- சங்ககால மக்களின் மருட்சித் தன்மை, இயற்கை மாறுபாடு
ஆகியவை ஆவி வழிபாடு உருவாவதற்குக் காரணமாக அமைந்தன.
அணங்கு, சூர், பேய் ஆகியவற்றின் மீது இருந்த அச்சம், வியப்பு,
நம்பிக்கை ஆகியன ஆவி வழிபாடுகளாக மலர்ந்தன.

- இயற்கை சார்ந்த நம்பிக்கை இயற்கை வழிபாடானது. இடி, மின்னல், மழை, அலை, புயல் போன்ற இயற்கை நிகழ்வுகளும், நிலம், நீர், காற்று, நெருப்பு, ஆகாயம் ஆகிய ஐம்பெரும் பூதங்களின் சீற்றங்களும் மனிதனை அச்சுறுத்தியதே இயற்கை வழிபாட்டிற்கு இன்றியமையாத காரணமாக அமைகின்றது.

- ஞாயிறு வழிபாடு, திங்கள் வழிபாடு, தீ வழிபாடு, வேள்வி வழிபாட்டு முறை, வேள்வி வழிபாட்டுக்குரிய அந்தணர், விளக்கு வழிபாட்டு முறை, மர வழிபாடு, மழை வழிபாடு, பாம்பு, பாம்பு சேர் மதி (கிரகணம்), விசும்பு வீழ் கொள்ளி (எரி நட்சத்திரம்) ஆகிய வழிபாடுகள் காணப்படுகின்றன.

- மரங்களும் பயன்படு பொருட்களும் குலக்குறி வழிபாடாக விளங்கின. கொற்றவை வழிபாடு மற்றும் முருக வழிபாட்டில் குலக்குறி எச்சங்கள் தென்படுகின்றன.

- இயல்பிறந்த இயற்கையின் ஆற்றல்கள் சில பொருட்களில் உறைந்துள்ளன என்ற நம்பிக்கையே போலியுருவ வழிபாடானது. போலியுருவ வழிபாடுகளாக பாவை நோன்பு, கொல்லிப் பாவை, பாவை விளக்கு, தாலி அணியும் வழக்கம் ஆகியன இடம்பெறுகின்றன.

- உயிர்ப்பாற்றல் வழிபாட்டில் முன்னோர் வழிபாடும், நடுகல் வழிபாடும், திணை சார்ந்த தெய்வ வழிபாடுகளில் முருக வழிபாடும், கொற்றவை வழிபாடும் இடம்பெறுகின்றன.

2

சடங்குகள்

மானிட சமூகம் பிறந்தது முதல் இறக்கும் வரை அது சார்ந்த சமூகத்-திலும் இயற்கைச் சூழலிலும் பல இயற்கை, மீவியற்கை நிகழ்வுகளுக்கு ஆட்படுகிறது. அவற்றை எதிர்கொண்டு தமக்கு நேரும் தீமைகளையும் சாதகமாகப் பயன்படுத்தப் பல்வேறு வழிமுறைகளையும், அணுகுமுறைக-ளையும் மேற்கொள்ள வேண்டியது கட்டாயமாகிறது. அவ்வகையில் மக்-கள் முதன்முதலில் தாம் மேற்கொண்ட வழிமுறை பலன்தரும் வகையில் தமது அணுகுமுறையில் தூய்மை மற்றும் தனி முறைமையைக் கடைபி-டிப்பது அவசியம் எனக் கருதினர்.

அவ்வழிமுறைகள்; தற்செயலாகவோ, வேறு வழிகளிலோ பலன் தந்த நிலையில் அவை வழிவழியாகப் பின்பற்றப்பட்டன. அவ்வணுகுமு-றைகளே இவை இப்படித்தான் செய்யவேண்டும் அல்லது நடைமுறைப்-படுத்தவேண்டும் என்ற நிலையில் சடங்குகளாக வேரூன்றின. அச்சடங்கு முறைகளைக் குறுந்தொகை வழி ஆராய்கிறது இவ்வியல்.

சடங்கு (Ritual) - விளக்கம்

சடங்கு என்பது மக்களால் மக்களுக்காக ஏற்படுத்தப்பட்ட ஒரு வரன்முறையாகும். முன்னோர்கள் மேற்கொண்டதை எந்தக் கேள்விக்கும் உட்படுத்தாமல் பின்னோர்கள் அப்படியேபின் பற்றுவதும் சடங்கு எனப்-படுகிறது. "வழக்கம் காரணமாகப் பிறப்பு, இறப்பு, திருமணம் போன்ற முக்கிய நிகழ்ச்சிகளில் மேற்கொள்ளும் புனிதச் செயல், பெண் பருவம் அடைந்ததை முன்னிட்டு நடத்தப்படும் விழா, மாறுதலே இல்லாமல் எதற்காகச் செய்கிறோம் எனும் சிந்தனையே இல்லாமல் இயந்திரகதி-

யில் இயங்கும்செயல், திருமணம், திருவிழா, உற்சவம்" என்று கிரியா-வின் தற்காலத் தமிழ் அகராதி (ப.528) விளக்கமளிக்கிறது. "சாத்திர-மும் வழக்கமும் பற்றிய முறையை நடத்தும் கிரியை" என்கிறது சுராவின் தமிழ் அகராதி (ப.408). "சாத்திரமும் வழக்கமும் பற்றிய முறையை நடத்தும் கிரியை முதற் பூப்புச் சடங்கு, சாந்திக் கல்யாணம்;, குண்டுக்-கட்டாய்க் கட்டும் மற்பிழி வகை" என்கிறது மெய்யப்பன் தமிழகராதி (ப.458). "சடங்கு என்பது கிரியை, செய்முறை" என்கிறார் நா. கதி-ரைவேற்பிள்ளை (தமிழ்மொழிஅகராதி, ப.558).

- சடங்கு என்பது புனிதத் தன்மையின்பால் மக்கள் ஏற்றுக்கொள்ளும் நடத்தைக் கோலங்களின் தொகுப்பு.
- மனிதனை ஒரு நிலையிலிருந்து மற்றொரு நிலைக்கு மாற்றும் கருவி.
- புனிதப் பொருட்களின் முன்னிலையில் ஒரு மனிதன் எவ்வாறு நடந்துகொள்ள வேண்டும் என்பதை வரையறுக்கும் ஒழுக்கக் கோட்பாடு.

மொத்தத்தில் சடங்கு என்பது புனிதத்துவம் கருதி ஒரு குறிப்பிட்ட ஒழுங்கு முறையுடன் குறியீட்டு நிலையில் மக்களால் மேற்கொள்ளப்படும் செயல்பாடு எனப்படுகிறது.

சடங்கின் தோற்றம்

சடங்குகள் பல்வேறு நோக்கங்களின் அடிப்படையில் மேற்கொள்ளப்-பட்டு வருகின்றன. குடும்பம் தழைக்க, நோயின்றி வாழ, பழி பாவங்-களைப் போக்க, துன்ப துயரங்கள் விலக, உறவுகள் நீடிக்க, எதிரிக-ளைத் தண்டிக்க, இயற்கையை வசப்படுத்த, அதீத ஆற்றலைப் பெற இதுபோன்ற நோக்கங்கள் மற்றும் எதிர்பார்ப்புகளை முன்னிட்டுச் சடங்-குகள் நிகழ்த்தப்படுகின்றன. "சடங்கென்பது சிரத்தைக்குரிய வாழ்வில் குறியீட்டளவில் உந்துதலைப் பெற அல்லது நேரடியாகப் பங்கெடுத்துக்-கொள்ள, பொருத்தமான நடைமுறைகளுடன் தன்னார்வமாக நிகழ்த்தும் ஒரு நிகழ்வாகும்" (எடுத்தாளப்பட்டது: பக்தவத்சல பாரதி, மானிடவியல் கோட்பாடுகள், ப.272) என்கிறார் ரோத்தன் பூலர்.

"சடங்குகள் வேறு சில செயல்களுக்காகவும் மேற்கொள்ளப்படு-கின்றன. புனிதத் தன்மையைப் பாதுகாக்கவும் அதற்குக் களங்கம் ஏற்-படாமல் இருக்கவும், தீயவற்றிலிருந்து தனிமைப்படுத்தித் தூய்மையாக வைக்கவும் மேற்கொள்ளப் படுகின்றன" (பக்தவத்சல பாரதி, பண்பாட்டு மானிடவியல், ப.524). மனிதன் தோன்றிய அன்றே சடங்கும் தோற்றம் பெற்றுவிட்டது. ஏனெனில் சடங்கானது மனித மனத்தின் வெளிப்பாடா-கும். "தொடக்க கால இனக்குழுச் சமூகத்தில் (Primitive Society) சடங்குகளே வாழ்க்கையாகவும் வாழ்க்கையே சடங்குகளாகவும் இருந்தன" (ஓ. முத்தையா, பண்பாட்டுப் பதிவுகள், ப.147).

சடங்குகளே பல இனக்குழுக்களாக வாழ்ந்த சங்ககால மக்களை இயக்கின. சடங்குகளே அம்மக்களை இனக்குழுக்களாக ஒன்றி-ணைத்தன. இந்நிலை இன்றும் தொடர்ந்து வருவதைக் காணமுடிகிறது.

இயற்கைச் செயல்பாடுகளின்போது மகிழ்ச்சியடைந்த மனிதன் அதற்கு நன்றி செலுத்தும் பொருட்டும், பாதிப்பேற்படும்போது அதனைத் திருப்திப்படுத்தும் வகையிலும் நம்பிக்கையின் அடிப்படையில் சில சடங்-குகளை மேற்கொண்டான். மனிதனால் குறியீட்டு நிலையில் நிகழ்த்-தப்பட்ட இத்தகைய சடங்குகள் திரும்பத் திரும்ப மேற்கொள்ளப்பட்டு நிலைத்த வடிவம் பெற்றன.

சடங்குகளின் தன்மைகள்

சடங்குகளின் தன்மைகள் பன்முகப்பட்டதாகும். அது நிகழ்த்தப்படும் காலம், இடம், சூழல், தேவை, நோக்கம் போன்ற காரணிகளை முன்-வைத்து அவற்றின் தன்மைகள் வேறுபடுகின்றன. சடங்கின் சிறப்புத் தன்மையானது அது செயல் வடிவம் கொண்டது, நிகழ்த்தப்படுவது என்-பதே ஆகும். சடங்கின் தன்மையைப் பற்றிக் கூறும்பொழுது, "நம்-பிக்கையானது உணர்வு நிலையில் அமைய, சடங்கு செயல் வடிவில் நிகழ்த்தப்படுவதாகவே உள்ளது" (பண்பாட்டுப் பதிவுகள், ப.148) என்-கிறார் ஓ. முத்தையா.

ஒன்றைச் செய்து மற்றொன்றைப் பெறுவது சடங்கின் நோக்கமாக இருப்பதால் நிகழ்த்துதல் என்பது இதன் அடிப்படைக் கூறாக அமைகி-றது. பெரும்பாலான சடங்குகள் குறிப்பிட்ட கால இடைவெளியில் திரும்-பத் திரும்ப நிகழ்த்தப்படுகின்றன. சில சூழல்களில் தனி மனிதனால் நிகழ்த்தப்பட்டாலும் கூட்டுத்தன்மை உடையவையாகவே காணப்படு-

கின்றன. சடங்கு நிகழ்வானது சடங்கு செய்வோர், சடங்கில் பங்கேற்-போர், பார்வையாளர் ஆகியோருடைய நடத்தைமுறைகளின் தொகுப்-பாக விளங்குகிறது. இவ்வகையில் விளங்கும் சடங்குகளைப் பின்வரு-மாறு வகைப்படுத்துகிறார் பக்தவத்சலபாரதி (தமிழர் மானிடவியல், பக். 174-186).

1. செயல் சார்ந்தது

2. நிகழ்த்துதல் சார்ந்தது

3. நனவு சார்ந்தது, தன்னார்வம் சார்ந்தது

4. கருவி சாராதது, பகுத்தறிவற்றது

5. பொழுதுபோக்குத் தன்மை கொண்டதன்று

6. கூட்டுத்தன்மை வாய்ந்தது, சமூகஞ்சார்ந்தது

7. சமூக உறவுகளை வெளிப்படுத்துபவை

8. புனைவுக்குரியது

9. குறியீடுகள் சார்ந்தது

அ. முனைப்பான குறியீடுகள்

ஆ. உறைந்த குறியீடுகள்

10. வெளிப்பாட்டு நடத்தை சார்ந்தது, அழகியல் சார்ந்தது, அழகி-யல் மிகு தன்மை சார்ந்தது

11. திரும்பத் திரும்ப நிகழ்த்துவது

12. புனிதத்துடன் தொடர்புடையது

செயல் சார்ந்தது

சடங்கின் தன்மைகளுள் முதன்மையான கூறு, அது சிந்தனை வடி-வில் நிலைநிறுத்தப்படாமல் செயல்வடிவில் நிகழ்த்தப்படுவதாகும். ஒவ்-வொரு சமூகத்தின் மூல வடிவமாக விளங்குவது அச்சமூகத்தின் தொன்-மங்களாகும். இத் தொன்மங்களும் அவை பற்றிய சிந்தனைகளும் சடங்கின் செயல்வடிவத்திற்கு மூலாதாரமாகத் திகழ்கின்றன.

அம்மன் கோயில் திருவிழாக்களில் செய்யப்படும் உயிர்ப்பலிச் சடங்கு, திரு\;டி கழிக்கும்போது செய்யும் தாவரப்பலி (குங்குமம் தடவிய எலுமிச்சையைப் பிழிதல், குங்குமத்தை உள்ளே போட்டுப் பூசனியை உடைத்தல்), இன்னும் பிற நிகழ்வுகளில் செய்யும் வெவ்வேறு வகையான சடங்குகளிலும்சரி அச்சமூகத்தின் தொல்படிவச் சிந்தனைகளும் அவை சார்ந்த வெளிப்பாடுகளுமே செயல்வடிவமாக வெளிப்படும். சான்றாக வெறியாட்டுச் சடங்கினைக் கொள்ளலாம்.

நிகழ்த்தல் சார்ந்தது

சடங்கு என்பது நிகழ்த்தப்படுவது (Ritual is Performed). அழகியல் வெளிப்பாட்டுடன் ஒர் அதீதப் புலப்பாட்டினை வெளிப்படுத்துவது (Aesthetically marked and weightned mode of communication). இதில் பரஸ்பர உறவுடைய இரண்டு கூறுகள் உண்டு.

முதல் கூறு: சடங்கென்பது ஒன்றைச் செய்து இன்னொன்றைப் பெறுவதற்காக நிகழ்த்தப்படுவதாகும். சடங்கு என்பது ஏதோ திடீரென்று புதிதாகக் கண்டுபிடித்துச் செய்யப்படுவதில்லை. மக்களிடம் காலங்காலமாக நிலைபெற்று அனைவராலும் அறியப்பட்ட வகையிலேயே அது நிகழ்த்தப்படுகிறது. அது நிகழ்த்தப்படும் காலம், இடம், விளைவு, பலன் அனைத்தும் அனைவரும் அறிந்ததே.

இரண்டாவது கூறு: சடங்கென்பது ஒன்றைச் செய்து இன்னொன்றை அடைவது. இதில் நிகழ்த்தப்படுதல் அடிப்படையாக அமைகிறது. சடங்கு நிகழ்த்துதலுக்கான களம், காலம், விளைவு, பலன் இவையாவும் அனைவரும் காலங்காலமாக அறிந்தது என்பதால் சடங்கு நிகழ்வு ஒரு சமூகத்தில் கருத்துப் புலப்படுத்தல் சார்ந்ததாகவும் அமைகிறது. இக்கருத்தில் புலப்படுத்தும் நிகழ்வாகச் சடங்கு அமைவதால், களம், காலம், பங்கேற்போர், உடை, குரல், படையல் பொருட்கள், வழிபாட்டு முறைகள் போன்ற அனைத்திலும் சில விதிமுறைகள் பின்பற்றப்படுகின்றன.

சடங்கென்பது பெரும்பாலும் கால இடைவெளியில் மீண்டும் மீண்டும் நிகழ்த்தப்படுவதாக அமைவதால் 'நிகழ்த்துதலும்', 'புலப்படுத்துதலும்' சமூக இயக்கத்தோடு கலக்கின்றன, உயிர்ப்புத் தன்மை பெறுகின்றன.

நனவு சார்ந்தது, தன்னார்வம் சார்ந்தது

சடங்கென்பது குறிப்பிட்ட இடத்தில் (களம்), குறிப்பிட்ட காலக்கட்டத்தில், எவரைக் கொண்டு எவருடன் சேர்ந்து செய்யவேண்டும் என நனவு நிலையில் (ஊழலௌஉழைரள)நிகழ்த்தப்படுவது. அதேநேரத்தில் தானாக முன்வந்து தன்னார்வத்துடன் (Volntary) நிகழ்த்தப்படுவதாகும்.

சடங்குகள் வாழ்வின் சில கட்டங்களில் ஏற்படும் நிர்பந்தங்களால் செய்யப்படுவதாகக்கூட அமையும். அப்படிப்பட்ட காலக்கட்டங்களில் சடங்கு நிகழ்த்தி அமைதி பெறலாம் எனப் பிறர் தூண்டுதல்கூட இருக்கலாம் எனினும் சடங்கு செய்ய வேண்டும் என்ற ஆர்வம், முடிவு என்-

பவை தன்னளவில் எடுக்கப்படும் முடிவாகவே அமையும்.

கருவி சாராதது, பகுத்தறிவற்றது (Non Instrumental, Irrational)

சடங்குகள் கருவி சாராதவை, பகுத்தறிவற்றவை என்பது அறிஞர்களின் கருத்து. மந்திரம் (Magic), தெய்வீக ஆற்றலைப் பெற்று முன்னுணர்ந்து அருள் வாக்களித்தல் (Divination) போன்ற நுட்ப ஆற்றல் கொண்ட (Technical) சடங்கு வகையிலான நிகழ்வுகள் நிமித்தம் காரணம் கொண்டவையல்ல என்றாலும்கூட இவ்வகை நிகழ்வுகள் நடைமுறை வாழ்வில் சமூக ஒற்றுமை ஏற்படுத்துவதற்கும், பொதுக் கருத்து எட்டுவதற்கும், பகைமையைக் குறைப்பதற்கும், சண்டை சச்சரவுகளைத் தீர்க்கவும், பிற வகையிலும் உதவுகின்றன.

சடங்குகளில் பகுத்தறிவுவாதம் இல்லை என்ற விவாதம் முடிவு பெறவில்லை. சடங்கு நிகழ்வுகளுக்குள் இடம்பெறும் தர்க்க உறவு, குறியீடுகள் புலப்படுத்தும் பொருண்மைகள், அவை உணர்த்தும் அற ஒழுக்க நெறிகள் இவையனைத்தும் காரண - காரிய அடிப்படையிலான பகுத்தறிவு வாதத்திலிருந்து முற்றிலும் மாறுபட்டது.

ஒருவருக்கொருவர் கைகூப்பி வணக்கம் செலுத்துதல் என்பது அன்புப் பரிமாற்றமாகவும், இன்முகம் காட்டி வரவேற்பதாகவும், பரஸ்பர நட்பை வெளிப்படுத்துவதாகவும், மரியாதை காட்டுவதாகவும், மேலும் சில தன்மைகளை உணர்த்துவதாகவும் அமைகிறது. இந்நிகழ்வில் காரணத்தை முன்னிட்ட பகுத்தறிவைக் காட்டிலும் அற ஒழுக்கம் சார்ந்த மன அளவிலான பரஸ்பரப் பரிமாற்ற உணர்வே வெளிப்படுகிறது.

பொழுதுபோக்குத் தன்மை கொண்டதன்று

சடங்குகளில் பொழுதுபோக்குத் தன்மைகள் சில இருப்பினும் நிச்சயம் சடங்குகள் பொழுதுபோக்கிற்காக நிகழ்த்தப்படுவனவல்ல. அங்குமிங்குமாக விளையாட்டு, கேலி, பொழுபோக்குத் தன்மைகள் காணப்பட்டாலும் இவை சடங்கின் ஒட்டுமொத்தப் போக்கைத் தன்வயப்படுத்துவதில்லை. திருவிழாக்களில் கரகாட்டம் போன்ற பல ஆட்டங்கள் நிகழ்த்தப்பட்டாலும், கூத்து நிகழ்த்தப் பட்டாலும், படுகளத்தில் அசுரரைக் கொன்று குடலை மாலையாகப் போட்டுக்கொண்டாலும், பிற விழாக்களில் பட்டாசு, வான வேடிக்கைகள் நிகழ்த்தப்பட்டாலும், இறப்புச் சடங்கு உணவு படைப்பதில் முடிந்தாலும் இவை போன்ற இன்னும் பிற கூறுகள் இடம்பெற்றாலும் இவையாவும் நிகழ்வின் மேல்தளக் குறியீடுக-

ளேயாகும். பண்பாடு என்பது ஆழ்மனப்பட்டது. புறக்குறியீடுகள் மூலமே ஆழ்தளப் பொருண்மைகளை அறிய முடியும். அதுபோல சடங்கென்பது ஒரு மீவியல் கூறாகும். மீவியலைக் கொண்டே இயல்பைப் புரிந்துகொள்ள வேண்டும்.

கூட்டுத்தன்மை வாய்ந்தது, சமூகம் சார்ந்தது

சடங்குகள் சில சூழல்களில் தனி மனிதர்களால் நிகழ்த்தப்பட்டாலும்கூடப் பொதுவாக இவை கூட்டுத்தன்மை வாய்ந்தவை (Collective); சமூகம் சார்ந்தவை (Social). உளநோயினைப் பற்றிப் பிராய்டு ஆராயும்பொழுது மனிதனைப் பாதிக்கும் மனநிலையானது சமூக உறவால் ஏற்பட்ட பாதிப்பின் அறிகுறியாகவே இருக்கிறது. அதனைச் சமன்படுத்தவே சடங்குகளை அவன் நாடுகிறான் என்று கூறும்போது சமூக உறவே முன்னிலை பெறுகின்றது. பெரும்பாலான சடங்குகள் சமூகம்/குழு சார்ந்ததும், மக்கள் கூட்டாகச் சேர்ந்து நிகழ்த்தப்படுவனவாகவும் உள்ளன. சடங்கு நிகழ்வில் பங்கேற்போர் தனி மனிதனாக இல்லாமல் கூட்டமாகச் சேருவது என்பதும், அது மரபாக, காலங்காலமாக, ஒரு விதிமுறையாகப் பின்பற்றப்படுவது என்பதும் நனவு நிலையில் பேணப்படுவதாகும்.

சமூக உறவுகளை வெளிப்படுத்துபவை

சடங்கு நிகழ்வென்பது சடங்கு செய்பவருடைய, சடங்கு பங்கேற்பாளருடைய, சடங்கு பார்வையாளருடைய நடத்தை முறைகளின் தொகுப்பாகும். அதேவேளையில் இவர்கள் அனைவரும் சடங்கு காலத்தில் வெளிப்படுத்தும் நடத்தை முறைகள், அவர்கள் இயல்பாகச் சமூக வாழ்வில் கொண்டுள்ள உறவை வெளிப்படுத்துவதாகவும் இருக்கும்.

வழிபாட்டின்போது சா\;டாங்கமாக விழுந்து வணங்குதல் என்பது படிநிலைக் கருத்தாக்கத்தை ஏற்றுள்ள சமூகப் பிரதிபலிப்பாகும். பெண்கள் இடம்பெறாத சடங்குக் களமென்பது தீட்டுக்குரிய கருத்தாக்கத்தை வெளிப்படுத்து வதாகும். பெண்கள் சாமியாடி வாக்குக் கூறும்போது தலையை விரித்து வாடா, போடா எனக் கூறுவது பெண்கள் இயல்பு வாழ்வில் அழுக்கப்பட்ட உணர்வுகளின் வெளிப்பாடாகும்.

புனைவுக்குரியது

பெரும்பாலும் சடங்குகள் புனைவுக்குரியவை (Subkectove). ஏதேனும் ஒன்று என்னவாக இருக்கின்றதோ அது உண்மையல்ல. என்னவாக இருக்க வேண்டுமோ அவ்வாறாகவும் இருப்பதில்லை. எதையும் நேரடியாகச் சுட்டுவதில்லை (Not Indicative). தானாக உணரப்படும்

நிலையைக் கொண்டுள்ளது. ஒன்றைத் தொடங்கி வைத்தல், திறந்து வைத்தல் போன்ற சடங்குகளில் அடுத்தடுத்த கட்டங்களில் தொடங்கி வைக்கப்பட்ட நிகழ்வுகள் இப்படி இருக்கவேண்டும் எனச் சுட்டாது. புனைவியல் கருத்திற்குரிய, மிகவும் நெகிழ்வுத்தன்மை கொண்ட பாங்-கையே அது ஏற்கிறது.

சடங்கென்பது சமூகத்தின் பொருண்மைகளை நேரடியாகச் சுட்டுவ-தற்கு மாறாகப் புனைவியலாக அறிமுகப்படுத்தப்படுகிறது. மக்கள் தாங்-களாக அறியவேண்டியதை முன்மொழிகிறது.

அரசியல்வாதிகள் பதிவியேற்பின்போது எளியவர்களாக இருந்தாலும் அவர்கள் பின்னாளில் அதிகாரம் செலுத்துபவர்களாக மாறுவர் என்ற கற்பிதத்தைப் பதவியேற்கும் சடங்கென்றே உணர்த்தவேண்டும். உணரா-விட்டால் பின்னாளில் அனுபவத்தின் வழி தானாக உணரும்போது, பதவியேற்புச் சடங்கில் 'எளிமையானவர்கள்' என்பதைச் சுட்டிவிடும்.

குறியீடுகள் சார்ந்தது

குறியீடுகள் சார்ந்த சடங்குகள் முனைப்பான குறியீடுகள், உறைந்த குறியீடுகள் என்று இருவகையாகப் பகுக்கப்படுகின்றன.

முனைப்பான குறியீடுகள்

சடங்குகளில் இடம்பெறும் குறியீடுகள் மிகவும் முனைப்பான திட்பம் வாய்ந்தவை (Effective Symbols); சமூக வாழ்வில் வீரியம் மிக்-கவைÉ சமூக -பண்பாட்டுப் பொருண்மைகளை உயிர்ப்புடன் வலியு-றுத்துபவை. பூப்பு, திருமணம், வளைக்காப்பு, பிறப்பு, இறப்பு, கருமாதி போன்ற வாழ்க்கை வட்டச் சடங்குகளுக்கு உட்படுவோருக்கு அனுபவம் வாயிலாகப் புதிய நிலைமாற்றங்களை இவை உணர்த்துகின்றன. பதவி-யேற்பு, பட்டமளிப்பு, பிற நாட்டுக் குடியுரிமை பெறுதல், பரிவட்டம் கட்டிக்கொள்ளுதல் போன்ற சமூகச் சடங்குகள் சடங்கியலர்களுக்குப் (Initiands) புதிய நிலைமாற்றத்தைத் தன்முனைப்பான குறியீடுகள் சடங்கில் இடம்பெறும் கூறுகள் மூலம் உணர்த்துகின்றன.

விரதம், நோன்பு, வழிபாடு, படையலிடுதல், பலியிடுதல், பாடுதல், ஆடுதல், நேர்த்திக்கடன் செய்தல், யாத்திரை போன்ற சமயச் சடங்குக-ளில் மக்களின் மனநிலையில் ஒரு புதிய நிலைமாற்றத்தை இச்சடங்கு-கள் ஏற்படுத்துகின்றன.

உறைந்த குறியீடுகள்

கனவுகளை முன்வைத்து பிராய்டு உறைந்த குறியீடுகளை (Condensed Symbols) விளக்குகிறார். நனவிலி மனத்தின் விழைவுகள் கனவின் உள்ளடக்கமாக மாறுகிறது. பல விளைவுகள் உள்ளடக்கமாக மாற்றம் பெறும்போது அவை உறைந்த தன்மையைப் பெற்றுவிடுகின்றன. இக்குறியீடுகள் ஒரே நேரத்தில பல பொருண்மைகளையும், பல கூறுகளுள் ஊடாடிக் கூட்டுப் பொருண்மைகளையும் சுட்டி நிற்கின்றன.

தமிழ்ச் சமூகத்தில் திருமணத்தின்போது மணவறைக்கு எதிரில் பால் ஊறும் மரக்கிளைகளை நடுவது என்பது இந்நாள் வரை வளமையின் குறியீடாகவே உள்ளது. அவ்வாறே கன்றை ஈன்ற பசு வெளியேற்றும் குடல் போன்ற நச்சு உறுப்புகளைப் பாலூறும் மரத்தில் கட்டினால் நன்றாகப் பால் கறக்கும் என்று கருதி அதுவும் வளமைச் சடங்காகப் பின்பற்றப்படுகிறது.

அதேபோன்று பால் ஊறும் தன்மைகளைக் கொண்ட மரங்களின் (அரச மரம், ஆல மரம்) கீழ்ப் பஞ்சாயத்து நடத்துவது தாயாட்சியின் குறியீடாகவும், மரத்தின் முன் திருமணம் என்பது தாய்வழி மரபாகவும், மரத்தில் நஞ்சுக் கொடி கட்டுதல் தாய்வழிப் பெருக்கமாகவும், மரத்தை வழிபடுதல் என்பது தாய் வழிபாடாகவும் உள்ளன. இக்கூட்டுப் பொருண்மைகளை இணைக்கின்ற குறியீடுகள் உறைந்த குறியீடுகளாகும். தாயும் வளமையும் ஒன்றோடு ஒன்று இணைந்த பொருண்மையைச் சுட்டுவன என்றும் அறியமுடிகின்றது.

வெளிப்பாட்டு நடத்தை சார்ந்தது, அழகியல் சார்ந்தது, அழகியல் மிகு தன்மை சார்ந்தது

சடங்குகள் அனைத்துமே பல கூறுகளை இணைத்துக் கொண்டவை. இவற்றுள் இயல்பான நடைமுறைகளை நீக்கிவிட்டுச் சிறப்பான வெளிப்பாட்டு முறைகளை இனம் காண்பதன் மூலம் அதன் வெளிப்பாட்டுத் தன்மையை, அழகியலை, அழகியல் மிகு தன்மையை உணரமுடியும். ஒரு நிகழ்வில் இயல்பானது, அழகியலானது எனப் பகுக்க முற்படுவது என்பதே ஒரு குறியீட்டு உருவாக்கமாக, கருத்து வெளிப்பாடாக, அழகியல் சார்பான விழைவாகும்.

தமிழர் அசைவ உணவுப் பண்பாட்டில் நாய்க்கறி உண்பது ஒப்புக்கொள்ளத் தக்கதல்லE மிகவும் அருவருப்பானது. ஆட்டுக்கறி மிகவும் ருசித்து உண்ணப்படுவது. அதேபோல பைத்தியக்காரன் மலம் கழித்து அதனுடன் விளையாடினால் அதுவும் அருவருக்கத்தக்கது. ஆனால்,

அதே செயலை ஒரு குழந்தை செய்தால் குழந்தை சந்தைக் காப்பு செய்து கொண்டது என்று மங்கள நிகழ்வாக்கப்படுகின்றது. ஒரு நிகழ்வுச் சூழலில் கூறுகளோடு பொருந்தும் 'கூடுதல் பொருண்மை' அழகியலாக வடிவம் பெறுகின்றது. சடங்கு நிகழ்விலும்கூடப் பொருண்மைகளை, கருத்துப் புலப்படுத்துதலை உருவாக்கக்கூடிய கூறுகள் வாயிலாக அழகி-யல் பிரிக்கப்படுகிறது. சடங்குப் பொருட்கள், வண்ணங்கள், உணவு, உடை, படையல்கள் இவற்றோடு இணையும் பண்பாட்டுத் தோரணிகள் ஆகிய அனைத்தும் அழகியல் பாங்கை உருவாக்குகின்றன.

திரும்பத் திரும்ப நிகழ்வது

பல சடங்குகள் மீண்டும் மீண்டும் நிகழ்வதாகும். குறிப்பாக நாள், வாரம், மாதம், ஆண்டு இவற்றோடு இணையும், காலச் சுழற்சிச் சடங்-குகள் திரும்பத் திரும்ப நிகழ்த்தப்படுவதாகும். இவ்வகைச் சடங்குகள் கருத்தைப் புலப்படுத்துவதாக ஒருபுறம் இருந்தாலும் நிகழ்த்துதல் என்பது காலச் சுழற்சியோடு முக்கியத்துவம் பெறுகின்றன.

ஆண்டுதோறும் கோடையில் மாரியம்மன் கோவிலுக்குக் கூழ் ஊற்-றித் திருவிழா செய்தல் என்பது கருத்துப் புலப்படுத்துதலைக் காட்டிலும் நிகழ்த்துதல் மிகவும் அவசியமாகிறது. மாரியம்மன் திருவிழா என்பது கடும் வறட்சியில் மழைவேண்டி நடக்கும் விழாவாகும். மக்களின் விருப்-பம் மழை பெறுவதை மையமாகக் கொண்டிருந்தாலும் வறட்சித் துன்-பத்தை எதிர்கொள்ளும்போது மக்கள் அனைவரும் அவர்களுக்குள் இருக்கும் பகை உணர்வுகளை மறந்து ஒன்று சேர்கின்றனர். பெருங்-குழுவாகச் சேர்ந்து செயல்படுவதன் மூலம் சமூக ஒருங்கிணைவையும் எதிர்ப்பார்ப்புகளையும் எட்டத் திருவிழா வழிசெய்கிறது.

சடங்குகள் திரும்பத் திரும்ப நிகழ்த்துதல் முறையில் மக்கள் மாற்-றங்களை ஏற்பதைக் காட்டிலும் உள்ளதை அப்படியே தொடர்ந்து எடுத்-துச் செல்லும் மனப்பாங்கை வெளிப்படுத்துகின்றன. அதோடு குறிப்பிட்ட காலச் சுழற்சியில் மீண்டும் மீண்டும் நிகழ்த்தப்படும் இச்சடங்குகள் மக்-களின் வாழ்வனுபவத்தோடு பின்னிப் பிணைந்து அதன்வழி அவர்களின் வாழ்வியலை ஒழுங்கமைக்கின்றன.

புனிதத்துடன் தொடர்புடையது

புனிதம் என்பது சமூகத்திற்குச் சமூகம் வேறுபடுகிறது என்றாலும் அவரவர் அறிதிறன் பார்வையுடன் கூடிய சமய வாழ்வில் புனிதம், இயல்பு ஆகியன வேறுன்றிக் காணப்படுகின்றன. இங்கு தெய்வம், வழி-

படும் ஆவிகள், பிற ஆற்றல்கள், இவை சார்ந்த தொன்மங்கள் மட்டுமே புனிதத்துடன் தொடர்புடையன அல்ல. மக்கள் எவற்றையெல்லாம் எந்த வகையான கேள்விக்கும் உட்படுத்தாமல் ஆற்றல் பொதிந்தது என்று ஏற்றுக்கொண்டுள்ளார்களோ அவை அனைத்துமே புனிதம்தான். அசட்-டைத்தனம் சாராத, உள்ளார்ந்த அக்கறை உடைய வாழ்வுமுறையில் புனிதம் தொடர்புகொள்ளப்படுகிறது. ஆக, சீரிய நோக்குடைய வாழ்வின் ஒரு கூறாக இப்புனிதம் இணைகிறது.

சடங்குகள் குறித்த கோட்பாட்டியல் சிந்தனை

சடங்குகள் எவ்வகையினதானாலும் அவை நிகழும் சூழலுக்கு ஏற்பக் குறிப்பிட்ட காரண காரியங்களால் வேறுபடுகின்றன. வேறு நிகழ்வாயி-னும் அது செயல்படுவதாலும், நிகழ்த்தப்படுவதாலும் அது ஒரினமாகப் பகுக்கப்படுகின்றன. அவ்வகையில் சடங்குகளை வகைப்படுத்தும்போது ஒவ்வொரு அறிஞரும் ஒவ்வொரு விதத்தில் வேறுபடுகிறார்கள்.

அர்னால்ட் வான் கென்னப்

இவர் ஒவ்வொரு வாழ்க்கை வட்டச் சடங்கும் மக்களை ஒரு தகுதி நிலையிலிருந்து பிரித்து, அவர்களை நிலைமாற்றம் செய்து, மறு தகுதி நிலைக்கு அறிமுகப்படுத்துகிறது என்கிறார். இந்நிகழ்வு வரிசை-யில் அடங்கும் சடங்குகளை இவர் பின்வருமாறு பகுக்கிறார் (பக்த-வத்சல பாரதி, மானிடவியல் கோட்பாடுகள், பக்.273-274).

1. பிரித்தல் சடங்குகள் (Tites of Sepiaration)
2. நிலைமாற்றும் சடங்குகள் (Rites of Transition)
3. இணைத்தல் அல்லது சேர்ப்புச் சடங்குகள் (Rites of Incorporation)

தகுதி தகுதி

அ ஆ

பிரித்தல் இணைத்தல்

நிலைமாறுதல்

முதல் வகைச் சடங்குகள் ஒருவரை அவருடைய பழைய தகுதி நிலையிலிருந்து பிரிக்கும் நிகழ்வைக் குறிக்கும். இரண்டாம் வகைச் சடங்குகள் அவருடைய தகுதி நிலையிலிருந்து மாற்றங்களை ஏற்படுத்-தும் நிகழ்வைக் குறிக்கும். மூன்றாம் வகைச் சடங்குகள் அவருக்குச்

சார்த்தப்படும் புதிய தகுதியைக் குறிக்கவும் நிகழ்கின்றன.

ஒவ்வொரு சடங்கும் பிரித்தல், நிலை மாறுதல், இணைத்தல் ஆகிய மூன்று நிலைகளைப் பெறும் என்பது அவர் கருத்து. திருமணச் சடங்கு இவ்வகையில் அடங்கும்.

திருமணம்

பரிசம்/நிச்சயதார்த்தம் தாலிகட்டும் சடங்கு சாந்திமுகூர்த்தம்/ குடும்ப வாழ்க்கை

பிரித்தல் நிலைமாற்றம் இணைத்தல்

என்ற நிலையில் திருமணச் சடங்கானது மாற்றம் பெறுவதை அறி-யலாம்.

எமிலி துர்க்ஹைம்

மனிதர்கள் தங்களின் சமூக வாழ்வைப் பற்றிய புரிதலில் சடங்கு போன்றதொரு அடிப்படையான/எளிய வடிவங்களையோ (Basic or elementary forms) கருத்துக்களையோ (Ideas) கண்டுபிடிப்பார்கள் என்றார் எமிலி துர்ஹைம். இவ்வகையான கண்டுபிடிப்புகள் சமூகத்தின் ஒட்டுமொத்த ஓர்மையுடன் காணப்படுவதால் இதனைக் 'கூட்டு நனவிலி மனம்' (Collective Unconsciousness) என்கிறார்.

இவர் சடங்குகளை அமைப்பு அடிப்படையில் ஆராய்ந்தவர். அமைப்பியல்புகளை முன்வைத்துச் சடங்குகளை இருவகைகளாகப் பகுக்கிறார் (பக்தவத்சல பாரதி, மானிடவியல் கோட்பாடுகள், பக்.274-276).

1. ஆக்கநிலைச் சடங்குகள் (Positive Rites)
2. எதிர்நிலைச் சடங்குகள் (Negative Rites)

இறைவனோடு, புனிதத் தனத்தோடு (Sacred) தொடர்பு கொள்-வதற்குச் செய்யப்படும் அனைத்து வகைச் சடங்குகளு ஆக்கநிலைச் சடங்குகளாகும். அபிசேகம் செய்தல், வழிபடுதல், பொங்கலிட்டுப் படை-யலிடுதல், உயிர்ப் பலியிடுதல், நேர்த்திக்கடன் செலுத்துதல், யாத்திரை மேற்கொள்ளுதல் ஆகியவை இவ்வகையில் அடங்கும்.

எதிர்நிலைச் சடங்குகள் விலக்குக்குரிய (Taboo) பண்புகளை மையமிட்ட அனைத்துச் சடங்குகளையும் குறிக்கும். இதன் முக்கிய நோக்கமானது புனித உலகத்திற்கும் (Sacred) இயல்பு உலகத்திற்கும் (profane) உள்ள வேறுபாட்டை உணர்த்திப் புனிதம் என்பது இயற்கை கடந்தது, அறிவெல்லை கடந்தது, புலன் காட்சிக்கு அப்பாற்பட்டது

என்பதையும் இப்புனித உலகத்தோடு முறையான அணுகுமுறையுடன் தொடர்பு கொள்வதால் மட்டுமே சமய வாழ்வின் இலக்குகளை அடை-யமுடியும் என்பதையும் உணர்த்துவது, வலியுறுத்துவது.

புனிதம் சாராத, சமயச் சார்பற்ற, தூய்மை பேண வேண்டாத 'இயல்பு உலகத்துக்கும் சமயம் சார்ந்த தூய்மை பேண வேண்டிய புனித உலகத்-துக்கும்' உள்ள வேறுபாட்டினை உணர்த்துவதாகும்.

ஹோவல் டாய்

டாய் என்பவர் தொடர்புடைய சடங்குகளை ஒரினமாக்கி, சடங்கு-களைச் செயல்பாட்டின் அடிப்படையில் பின்வருமாறு நான்கு நிலைக-ளில் வகைப்படுத்தினார் (பக்தவத்சல பாரதி, மானிடவியல் கோட்பாடு-கள், பக்.277-278).

1. உடலின் வரைதல் கலை சார்ந்தது, நோய் நீக்குதல் சார்ந்தது (Decorative & Curative): உடலில் ஒப்பனை செய்து நோய் நீக்கும் சடங்குகள். குயவர்கள் செம்மண் கொண்டு உடலில் அக்கி எழுதி உடற்கட்டிகளை நீக்குதல் போன்றவை இதிலடங்கும்.

2. பொருளியல் (Economic): வேட்டை, வேளாண் தொழில்களில் மேற்கொள்ளப்படும் சடங்குகளும் மழை வருவித்தல் போன்ற சடங்குகளும் இதிலடங்கும்.

3. தீமை நீக்குதல் (apotrople): தீய ஆவிகள் தொற்றிக் கொள்ளாமல் இருக்கவும், தொற்றிக் கொண்ட ஆவிகளால் ஏற்பட்டுள்ள தீமைகளை நீக்கவும் செய்யும் சடங்குகள் இன்னொரு வகையாகும்.

4. பூப்பு, ஏற்புச் சடங்கு (Puberty & Initiation): வயதுக்கு வரும் சடங்கும் சமூகத்திற்குள் ஓர் உறுப்பினராக அங்கீகரித்து அழைக்கும் சடங்குகளும் மற்றொரு வகையாகும்.

திருமணம், பிறப்பு, இறப்பு, எரித்தல், புதைத்தல், தூய்மைப்படுத்து-தல், தெய்வத்திற்கு நேர்ந்து விடுகின்ற திருநிலையாக்கும் நிலை, காலம், பருவம் சார்ந்த சடங்குகள் யாவும் இப்பட்டியலின் வரிசையில் அடங்-கும்.

அந்தோணி வாலஸ்

அமெரிக்க மானிடவியலர் அந்தோணி வாலஸ் சடங்குகள் பற்றிக் கூறும்போது இவை பண்பாட்டுப் படிமலர்ச்சியின் வளர்ச்சியினைப் பிரதி-பலிக்கும் ஒரு கூறாக இருக்கின்றன என்கிறார். இவர் சடங்குகளை ஒரு புதிய முறையில் பின்வரும் இருவகையாக வகைப்படுத்துகிறார் (பக்த-வத்சல பாரதி, மானிடவியல் கோட்பாடுகள், பக்.278-279).

1. தொழில் நுட்பச் சடங்குகள் (Technical Rituals)

2. கருத்தியல் சடங்குகள் (Ideology Rituals)

மந்திரம் (Magic), சூன்யம் (Witchcraft), செய்வினை (Sorcery), தெய்வ ஆற்றலை மனிதத் தளத்திற்கு வருவித்து அருள்-வாக்குக் கூறல், தீய ஆவிகளிடமிருந்து தற்காத்துக் கொள்ளுதல், தீய பார்வை படாமலிருக்கக் கண்ணேறு (திரு\;டி) கழித்தல், வந்த ஆவி-களை விரட்டுதல், தீய ஆவிகளை விரட்டிப் புது மனை சாந்தி செய்-தல், ஆவிகளை நீக்கிப் புதுத்தோணிகளை விடல் போன்ற சடங்குகள் அனைத்தையும் தொழில் நுட்பச் சடங்குகள் என்பார் வாலஸ்.

சமூகத்தினைக் கட்டிக் காத்தல், கட்டுக்கோப்பாக வைத்திருத்தல், முரண்பாடுகளைக் களைந்து ஒற்றுமை ஏற்படுத்துதல், சமூகம் போற்ற வேண்டிய விழுமியங்களைக் காத்தல், சமூக உறவுகளைப் பேணல், தனிமனிதனைச் சமூகத்திற்கேற்ற மனிதனாக வளர்த்தெடுத்தல் போன்ற சடங்குகள் கருத்தியல் சடங்குகள் ஆகும். இவை வாழ்க்கை வட்டச் சடங்குகள் (Rites Of Passage), திருவிழாக்களில் இடம்பெறும் சடங்-குகள், பலியிடுதல், படையலிடுதல், நேர்த்திக்கடன் செய்தல், யாத்திரை செல்லுதல், வீடுபேறுக்கான சடங்குகள் செய்தல் (Salvation Rituals), மறு உயிர்ப்பித்தல் (Revitalization Rituals) என விரிகின்றன.

ரொனால்டு கிரிம்ஸ்

இவர் தெய்வத் தளத்தோடு ஆக்கநிலைச் சடங்குகளும் எதிர்நிலைச் சடங்குகளும் கொண்டுள்ள ஊடாட்டத்தில் ஏற்படும் தர்க்க நிலையை முன்வைத்துச் சடங்குகளை இரு வகைப்படுத்துகிறார் (பக்தவத்சல பாரதி, மானிடவியல் கோட்பாடுகள், பக்.280). அவை:

1. நிலைப்படுத்தும் சடங்குகள் (Confirmatory Rituals)

2. நிலைமாற்றும் சடங்குகள் (Transformatory)
என்பனவாகும்.

சடங்குகளின் இயங்கியல் தன்மையில் விலக்குகளை மையமிட்ட சடங்குகளை நிலைப்படுத்தும் சடங்குகள் என்கிறார் கிரிம்ஸ். தெய்வத்

தளத்தின் ஒழுங்கமைவில் எதைச் செய்யவேண்டும்É எப்படிச் செய்ய வேண்டும்É எதைச் செய்யக் கூடாதுÉ ஏன் செய்யக் கூடாது என்பன போன்ற எல்லைகளை வகுத்து அதன் அக வெளியையும் நிர்ணயிப்பதால் இச்சடங்குகள் என்றும் மாறாமல் நிலைபெற வேண்டியவற்றை வலியுறுத்துகின்றன. காப்புக் கட்டியவர்கள் அசைவ உணவு, பாலியல் செயல்கள், மது அருந்துதல் ஆகியவற்றைத் தவிர்க்கவேண்டும் என்னும் விலக்கினை வலியுறுத்தும் காப்புக் கட்டுதல் சடங்கும் விலக்குகளை வலியுறுத்தும் பிற சடங்குகள் யாவும் இவ்வகையில் அடங்கும்.

சடங்குகள் ஒரு தளத்தில் நிலை நிறுத்தும் இயங்கியலைக் கொண்டிருக்க மறுதளத்தில் அவை நிலை மாற்றும் இயங்கியலைக் கொண்டுள்ளன. சமூக - பண்பாட்டு வாழ்வில் மக்களை ஒரு நிலையிலிருந்து நகர்த்தி இன்னொரு நிலைக்கு மாற்றும் சடங்குகள் நிலைமாற்றும் சடங்குகள் ஆகும். பூப்பு, திருமணம், வளைகாப்பு, இறப்பு போன்ற வாழ்க்கை வட்டச் சடங்குகள் யாவும் நிலைமாற்றச் சடங்குகளே.

அந்தோணி குட்

இன்றைய தமிழ்ப் பண்பாட்டின் நான்கு முக்கிய வாழ்க்கை வட்டச் சடங்குகளை அந்தோணிகுட் நான்காகப் பகுக்கிறார். அச்சடங்குகள் அடையும் நிலைமாற்றங்களையும் அவர் வகை செய்கிறார் (பக்தவத்சல பாரதி, மானிடவியல் கோட்பாடுகள், பக்.262-264).

1. பூப்புச் சடங்கு
2. திருமணச் சடங்கு
3. பிறப்பு, இறப்புச் சடங்கு
4. கருமாதிச் சடங்கு

        பூப்பு - திருமணம் - குழந்தை பிறப்பு - கணவனின் கருமாதி

சிறு பெண் - கன்னிப் பெண் - மனைவி - தாய் - கைம்பெண்

வாழ்க்கை வட்டச் சடங்குகளில் பின்வரும் நான்கு முக்கியமான கருத்தாக்கங்கள் இருக்கின்றன.

1. மங்களமானது (Auspicious)
2. அமங்கலமானது (Inauspicious)
3. தூய்மை சார்ந்தது (Pure)
4. தீட்டு சார்ந்தது (Impure)

இவை சடங்கின் தன்மையையும் வகையையும் நிர்ணயிக்கின்றன என்கிறார். இந்நான்கு கருத்தாக்கங்களின் வழி தமிழர் சடங்குகளை எவ்வாறு நான்கு வகையினங்களாகப் பாகுபடுத்துகின்றனர் என்பதை அவர் பின்வருமாறு விளக்குகிறார்.

- திருமணம் மங்களமானது, தூய்மை சார்ந்தது.
- பூப்புச் சடங்கும், பிறப்புச் சடங்கும் மங்கலமானவையாக இருந்தாலும், தீட்டு சார்ந்தவையாக உள்ளன.
- கருமாதி அமங்கலமானது என்றாலும் தூய்மை சார்ந்ததாகும்.
- இறப்பானது அமங்கலமானதாகவும் தீட்டு சார்ந்ததாகவும் உள்ளது.

மங்கலமானது

அமங்கலமானது

தூய்மை சார்ந்தது

கல்யாணம்

கருமாதி

தீட்டு சார்ந்தது

பூப்பு, பிறப்பு

இறப்பு

வாழ்க்கை வட்டச் சடங்குகள் அனைத்தும் வாழ்வைப் பல தொடர்-நிலைகளாகப் பகுத்து ஒன்றிலிருந்து மற்றொன்றிற்கு மக்களை அறிமு-கப்படுத்தும் பணியைச் செய்கின்றன. ஒவ்வொரு சடங்கும் சமூக வாழ்-வின் பொறுப்புகளையும், நடத்தை முறைகளையும், மக்களின் உலகப் பார்வையையும் கொண்டு அவை குறித்த பண்பாட்டின் கருத்தமைவுக-ளைச் சமூகவயப்படுத்தவும், பண்பாட்டுவயப்படுத்தவும், அவர்களை ஒரு பண்பாட்டு நபராக்கும் பணியையும் செய்கின்றன.

விக்டர் டர்னர்

தாய்வழிச் சமூகத்தின் குறியீடாக உள்ள பால், மரத்தில் சுரக்கும் பால் இரண்டையும் தொடர்புபடுத்தி ஆறு குறியீடுகளை வரிசைப்படுத்-துகிறார். (பக்தவத்சல பாரதி, மானிடவியல் கோட்பாடுகள், ப.284).

1. மரத்திலிருந்து ஊறும் வெள்ளைத் திசு பாலாகக் குறியீட்டாக்கம் பெறுதல்.

2. பெண் மார்பகங்களிலிருந்து ஊறும்போது மனிதப் பாலாகக் குறியீட்டாக்கம் பெறுதல்.

3. மார்பகத்தைக் குழந்தைகள் சப்பிக் குடிப்பதால் தாயைச் சார்ந்திருத்தல் என்னும் குறியீட்டாக்கம் பெறுதல்.

4. இது தாய் - குழந்தை உறவாகக் குறியீட்டாக்கம் பெறுதல்.

5. இது அடுத்த குடும்பமாகக் குறியீட்டாக்கம் பெறுதல்.

6. சமூகத்தின் உயிர் நாடியான குடும்பங்கள் இணைந்து ஒரு பெருஞ் சமூகமாகக் குறியீட்டாக்கம் பெறுதல்.

இக்குறியீடு ஒன்றுக்கடுத்து ஒன்றாகப் பல குறியீடுகளாக விரிந்து ஓட்டுமொத்தச் சமூகத்தையும் தன்னுள் பொதித்துகொண்டுள்ள முறையை மிக நுட்பமாக விளக்குகிறார்.

பாலூறும் மரத்திலிருந்து சுரக்கும் வெள்ளைப் பால்

மனிதப் பால்

மார்பகங்கள்

இளங்குழந்தைகள் மார்பிலிருந்து பால் குடித்தல்

தாய் - குழந்தை உறவு

குடும்பம்

சமூகம்

வீணா தாஸ்

"சடங்குகளை மங்களச் சடங்குகள், மங்களமற்ற சடங்குகள் என்று பொதுவாக வகைப்படுத்துவதும் உண்டு. இவற்றுள் காது குத்துதல், பூப்பு, பூணூல் அணிவித்தல், திருமணம், பூச்சூடுதல், அர்ப்பணிப்புச் சடங்குகள் போன்றவை மங்களச் சடங்குகளாகும்" என்றும் "இறப்பு, பால் ஊற்று-தல், கருமாதி, புண்ணியாதானம், திரு~;டி கழித்தல் போன்றவை மங்-களமற்ற சடங்குகள். முன்னோர் வழிபாடு (திதி கொடுத்தல், நினைவு நாள் போற்றுதல்) பல நேரங்களில் மங்களமற்ற சடங்காகக் கருதப்பட்-டாலும் இது தீட்டு சார்ந்ததல்ல" என்றும் குறிப்பிடுகிறார் வீணா தாஸ் (பக்தவத்சல பாரதி, மானிடவியல் கோட்பாடுகள், ப.286).

சடங்குகளை மங்கலமானவை, மங்கலமற்றவை எனப் பிரிக்கும் வகைப்பாடு ஒருபுறமிருந்தாலும் இந்தியப் பண்பாட்டில், குறிப்பாக வைதிகச் சடங்குகளை மிக நுட்பமாக ஆராய்ந்த வீணா தாஸ் இரண்டு

வகையாகப் பிரிக்கிறார்.

1. வலப்பக்கத்திற்குரிய சடங்குகள்

2. இடப்பக்கத்திற்குரிய சடங்குகள்

"திருமணம், வளைகாப்பு, ஏற்புச் சடங்கு, காலச் சுழற்சியோடு இணையும் சடங்குகள் வலப்பக்கத்திற்கு உரியவை" என்றும், "இறப்பு, முன்னோர் வழிபாடு, அசுரன், ஆவிகளுக்குச் செய்யும் சடங்குகள், நாகத்திற்குச் செய்யும் சடங்குகள் அனைத்தும் இடப்பக்கத்திற்கு உரி-யவை" (பக்தவத்சல பாரதி, மானிடவியல் கோட்பாடுகள், ப.287) என்-றும் கூறுவார் வீணாதாஸ்.

சிக்மண்ட் பிராய்டு

இவர் குலக்குறிக்கான உயிர்ப்பலிச் சடங்கென்பது ஆதிகாலத்தில் ஏற்பட்ட தொல் படிவத் தந்தைக் கொலையை (Primodial Patricide) மீண்டும் மீண்டும் நிகழ்த்துதல் ஆகும் என்கிறார் (பக்தவத்சல பாரதி, மானிடவியல் கோட்பாடுகள், ப.276).

அவர் கருத்துப்படி சடங்கில் தொல் மூலப்படிவக் குறியீடுகள் (Archetypal Symbols) வெளிப்படும் என்பதை உளப்பகுப்பாய்வு வழியும் அறிய இயலும் என்பது புலனாகிறது.

சடங்குகளின் வகைப்பாடு

மனித வாழ்வில் பிறப்பு முதல் இறப்பு வரை, இறந்த பின்பும் கூடப் பல்வேறு சடங்குகள் மேற்கொள்ளப்படுகின்றன. இவ்வாறு மேற்கொள்-ளப்படும் ஒவ்வொரு சடங்கின் பின்னணியிலும் ஏதேனுமொரு காரண காரியம் இருக்கத்தான் செய்கின்றன. சடங்குகளை வகைப்படுத்தி விளக்-குவதன் மூலம் எந்தெந்தச் சடங்குகள் எம்மாதிரியான சூழல்களில் என்-னென்ன காரணங்களுக்காக நிகழ்த்தப்படுகின்றன என்பதனை உணர்ந்து கொள்ளலாம். பொதுவாகச் சடங்குகள் பின்வரும் ஆறு வகைகளில் வகைப்படுத்தப்படுகின்றன.

1. வாழ்க்கை வட்டச் சடங்குகள்

2. வளமைச் சடங்குகள்

3. வழிபாட்டுச் சடங்குகள்

4. திருவிழாச் சடங்குகள்

5. மந்திரச் சடங்குகள்

6. பிற சடங்குகள்

குறுந்தொகையில் இந்த வகையிலான சடங்குகள் பெரும்பான்மை-யான பாடல்களில் இடம்பெற்றுள்ளன. இவ்வகைப்பாட்டு நோக்கிலும் ஒவ்வொரு நில அடிப்படையிலான அடிப்படைச் சடங்கு நோக்கிலும் இங்கு வகைப்படுத்தப் படுகின்றன.

வாழ்க்கை வட்டச் சடங்குகள்

மனிதருடைய வாழ்க்கைச் சுழற்சியில் மேற்கொள்ளப்பெறும் சடங்கு-களே வாழ்க்கை வட்டச் சடங்குகள் என வழங்கப்படுகின்றன. இச்சடங்-குகள் அனைத்தும் மனித வாழ்வில் பல தொடர் நிலைகளாகப் பகுத்து, பிறப்பு, பூப்பு, திருமணம், இறப்பு என ஒரு நிலையிலிருந்து மற்றொரு நிலைக்கு அறிமுகப்படுத்தும் பொருட்டு மேற்கொள்ளப்படுவதாக அமை-கின்றன. குறுந்தொகையில் வாழ்க்கை வட்டச் சடங்குகளாகப் பிறப்பு, பூப்பு, இறப்புச் சடங்குகள் காணப்படவில்லை. திருமணம் பற்றிய சடங்-குகளும் நிகழ்வுகளும் அதிகம் பேசப்படுகின்றன.

மணச் சடங்குகள்

'மணம்' என்ற சொல் நிறைந்த பொருளுடையது. மணம் என்பதன் வேர்ச்சொல் மண், மண்ணின் நலன்களைப் பெருமளவில் நுகர்வதற்கு வாய்ப்பளிப்பது ஆகும். எனவே தான் நல்லறமான இல்லறத்தை மண வாழ்க்கை என்றனர் (நாஞ்சில்ஆனந்தன், சங்க இலக்கியத்தில் மனித உரிமைகள், பக்.27-28).

திருமணமும் அதற்குரிய சடங்குகளும் சமுதாயத்தில் எக்காலத்தில் தோன்றி வளம் பெற்றன என்பதை அறுதியிட்டுக் கூற முடியவில்லை. இருப்பினும் திருமணச் சடங்கு என்பது பொய்யிலிருந்து, வழுவிலிருந்து சமுதாயத்தைக் காப்பாற்றியது என்பதை,

பொய்யும் வழுவும் தோன்றிய பின்னர்

ஐயர் யாத்தனர் கரணம் என்ப (தொல். கற்.4)

என்னும் தொல்காப்பியப் பொருளதிகாரச் சூத்திரம் மூலம் அறியமு-டிகிறது. தொல்காப்பியம் மணத்தைக் கரணம் என்று குறிப்பிடுகின்றது. தொல்காப்பியர் காலத்தில் திருமணம் செய்யும் முறை நடைமுறையில் இருந்தது என்பது இதனால் விளங்கும்.

திருமணச் சடங்குகள் இனச் செழிப்பை வேண்டிச் செய்யப்படும் சடங்குக் கூறுகளை மிகுதியாகப் பெற்றுள்ளன. "இச்சடங்கின்போது, முளைப்பாலிகைகள், கும்பம் (விளைந்த தானியப் பயிர்களை நீர் நிரம்-பிய இடத்தில் வைத்தல்) முதலியவற்றை மணமக்களுக்கு முன் வைக்கும்

வழக்கம் கள்ளர், பள்ளர், பறையர் இனங்களுக்கிடையே காணப்படுகி-றது முளைத்த நெல், கம்பு போன்ற தானிய விதைகளை மணமக்களின் மேல் தூவும் மரபும் நிலவுகிறது." (தே. ஞானசேகரன், மனித வாழ்வில் மந்திர சடங்குகள், ப.25).

வேளாண்மையில் நேரடியாகப் பங்குபெறும் சமுதாயத்தினரிடம் இச்-சடங்கு முறைகள் வேரூன்றிக் காணப்படுகின்றன. "கண்ணகி கோவலன் திருமணத்தில், பெண்கள் முளைப்பாலிகைகளைக் கையிலேந்தி, முளைத்த விதைத் தானியங்களை மக்களின் மேல் தூவி வாழ்த்துக் கூறுவதை இளங்கோவடிகள் குறிப்பிடுகிறார்" (தே. ஞானசேகரன், மனித வாழ்வில் மந்திர சடங்குகள், ப.26).

முளைப்பாலிகைகளிலும், தானிய விதைகளிலும் பயிர்கள் எவ்வாறு செழித்து வளர்கிறதோ அதேபோன்று மணமகளும் விரைவில் குழந்-தைப்பேற்றை அடைந்து, மானிடச் செழிப்பைப் பெருக்கவேண்டும் என்ற வளமைச் சடங்கின் சாயலாக இல்வாழ்வியல் சடங்கு அமைந்துள்ளது.

மணமக்களுக்குக் கட்டப்படும் தாலியைத் திருமணத்தில் கலந்து-கொள்ளும் அனைத்துப் பெரியோர்களும் குறிப்பாகப் பெண்களும் தொட்டு வணங்குவர். இச்சடங்கு முடிந்த பின்புதான் மணமகன் மணம-களுக்குத் தாலி கட்டுவார். தாலியைத் தொட்டு வணங்குகின்ற அனைத்-துப் பெண்களின் வளமை ஆற்றலும் மணமகளுக்குச் சென்று சேரும் என்ற நம்பிக்கைக் கூறுகள் இதில் காணப்படுகின்றன.

நிச்சயதார்த்தம்

சங்க காலத்தில் திருமணத்தை வதுவை, வரைவு, மணம், மன்றல் எனக் குறிப்பிட்டனர். திருமணத்தின் முதல் சடங்காகக் கொடுப்போர், கொள்வோர் ஆகியோரின் பரிமாற்றம், மனத் திருப்தி ஆகியவை அமைகின்றன. இதனை,

கற்பெனப் படுவது கரணமொடு புணர
கொளற்குரி மரபின் கிழவன் கிழத்தியை
கொடைக்குரி மரபினோர் கொடுப்பக் கொள்வதுவே
(தொல். கற்.1)

என்னும் நூற்பா விளக்குகிறது. மணமகளின் வீட்டார் தனது மகளைத் திருமணம் செய்ய எண்ணியதன் பின்னர் மனம் உவந்து மணமகனுக்கு வதுவை செய்து தரவேண்டும் என்பதை,

யானுங் காதலென் யாயும்நனி வெய்யள்
எந்தையுங் கொடுஇயர் வேண்டும் (குறுந்.51)

என்னும் அடிகள் விளக்குகின்றன. இப்பாடலில் தலைவி ஒருத்தியை அவள் விரும்பிய தலைவனுக்குத் தந்தையும் தாயும் திருமணம் செய்து கொடுக்க முன்வருகின்றனர்.

திருமணம் நடைபெறும் முன்னர் நிச்சயதார்த்தம் என்னும் முறை-மையும் நடைபெற்றது. இந்நிச்சயதார்த்தம் என்பது கொடுப்போர், கொள்-வோர் இருவரின் எண்ணங்களையும் உறுதி செய்துகொள்ளுதல் என்னும் மரபாகும். சங்ககாலத் திருமணங்கள் பெரும்பான்மையாகக் கொடுப்போர், கொள்வோர் சம்மதத்துடன் நடைபெற்றது என்பதை அறியமுடிகிறது.

திருமணம் நிச்சயிக்கப் பெண் கேட்டு வரும் தலைவன் வீட்டாரைத் தலைவி வீட்டார் வரவேற்று உபசரிக்கும் பண்பும் அக்காலத்தில் இருந்தே நிலைபெற்று வருகிறது. அதனை,

தண்டுடைக் கையர் வெண்டலைச் சிதலவர்
நன்றுநன் றென்று மாக்களோ
டின்றுபெரி தென்னு மாங்கன தவையே (குறுந்.146)

என்னும் பாடலடிகள் விளக்குகின்றன.

சிலம்பு கழித்தல்

திருமணம் ஆகாத பெண்கள் காலில்; சிலம்பணிதல் வழக்கத்தில் இருந்தது. திருமணத்தின்பொழுது காலில் உள்ள அச்சிலம்பினைச் சடங்கு நிமித்தமாகக் கழட்டுவது மணமகளின் வாழ்வில் பூப்புச் சடங்-கினைப் போன்று ஒரு புனிதத் திருவிழாவாகக் கொண்டாடப்பட்டது. இதனைச் 'சிலம்பு கழி நோன்பு' என்று கூறுவர். "திருமணத்திற்கு முன்பு இளமை தொட்டே தலைவி அணிந்திருந்த காற்சிலம்பைக் கழற்றுதலை மரபாகக் கொண்ட செய்தி தெரிகின்றது. இதனை ஒரு விழாவாகவே பெற்றோர் கொண்டாடினர் எனலாம்" (அ. தட்சிணாமூர்த்தி, தமிழர் நாகரிகமும் பண்பாடும், ப.78).

தலைவனும் தலைவியும் உடன்போக்கின்போது தலைவியின் காலில் அணிந்துள்ள சிலம்பைக் காணும் கண்டோர்கள் இவர்களின் நிலையை நினைத்து அச்சமுறுகின்றனர். இவள் காலில் சிலம்பணிந்துள்ளாள். அதனால் இன்னும் திருமணம் முடியவில்லை என்பதைத் தெரிந்து, எப்-படித் தனியே வாழப்போகிறாள் என்று ஐயம் கொள்கின்றனர். இதனை,

வில்லோன் காலன கழலே தொடியோள்
மெல்லடி மேலவுஞ் சிலம்பே (குறுந்.7)

என்னும் அடிகளால் அறியமுடிகின்றது. இங்ஙனம் இளமை வாழ்வு கழிய ஆடவர் வீரக்கழல் அணிந்து போர்ப்பயிற்சி முதலியன பெறுதலும் பெண்கள் சிலம்பு அணிதலும் அதனை கழித்தலும் சடங்குகளாகப் பின்-பற்றப்பட்டன.

மணநாள்

அக்காலத்தில் திருமணம் நல்ல நாளும் நேரமும் கணிக்கப்பட்டே நடைபெற்றது. வேங்கை மலர்கள் மலரும் இளவேனிற் காலமே மணத்-திற்குரிய காலமாகக் கருதப்பட்டது. இதனை,

வேங்கை தந்த வெற்பணி நன்னாள் (நற்.336)

என்றும், 'நன்னாள் வேங்கை, 'கணிவாய் வேங்கை' என்றும் குறிப்-பிடுகின்றது நற்றிணை. சந்திரன் உரோகிணியைக் கூடிய நாள் திரு-மணத்திற்குச் சிறந்த நாளாகக் கருதப்பட்டது. இதனை அகநானூறு (அகம்.86,136), சிலப்பதிகாரம் (சிலம்பு.50-53) வாயிலாக அறியமுடி-கிறது.

பரத்தையிற் பிரிந்த தலைமகன் விடுத்த தூதைக் கண்டு ஒரு தலைவி பேசும் பேச்சிலிருந்து மணக்காலத்தில் தீ வேட்டனர் என்பதை அறியமுடிகின்றது. தலைவனுடைய தூதுவனைக் கண்ட தலைவி, அவன் என்னை மணந்த காலத்தில் இருந்த அன்புடைய நிலையில் சிறிதும் மாறாமல் நாம் இருக்கின்றோம். நாங்கள் மணந்த காலத்தில் நெய் பெய்த தீ முன்னர் எப்படி விருப்பத்துடன் இருந்தோமோ அதே-போன்று இப்பொழுதும் நான் இருக்கின்றேன் என்று பேசுகிறாள்.

நெய்பெய் தீயி னெதிர்கொண்டு
தான்மணந் தனையமென விடுகந் தூதே (குறுந்.106)

மணக்காலத்து நிலைமையில் தான் உள்ளமையைக் கூறி, நெய்பெய் தீயின் எதிர்கொள்வோம் என்பதால் இது மனைவியின் பகுதியாக அமைந்த எரிவேட்டல் எனப்படுகிறது.

தெறல்அருங் கடவுள் முன்னர் தேற்றி
மெல் இறைமுன்கை பற்றிய சொல் இறந்து
ஆர்வ நெஞ்சம் தலைத்தலைச் சிறப்ப நின்
மார்பு தருகல்லாய் (அகம்.396)

என வரும் அகநானூற்றுத் தலைவியின் பேச்சை நோக்கும்போது, தீக்கடவுள் முன்னர் நின்று, என்றும் பிரியாமல் இருப்பதாக உறுதி உரைத்து ஏற்றுக் கொள்வதாகத் தலைவியின் கையைப் பற்றுதல் அக்கால வழக்கம் என்பது தெரியவருகிறது.

மணக்கும் பொழுது தீயில் நெய் பெய்து யாகம் வளர்ப்பது பண்டையக் காலமுறை. தீயில் நெய் பெய்யப்பட்டபோது அத்தீயானது மேல்நோக்கி எழுந்து நெய்யை ஏற்றுக்கொண்டு தான் அவியாது நிற்றலைப்போலத் தலைவன் தலைவியை ஏற்றுக்கொண்டு செம்மையடைய வேண்டுதல் என்பது வழக்கு.

நெருப்பு என்பது தூய்மையானது. மங்கலம் சார்ந்தது. எண்ணெய் நிலையிலிருந்து தீ என்னும் நிலைக்கு வேள்வி மாற்றம் அடைவதைப் போல ஆண், பெண் இருவரையும் அந்நிலையிலிருந்து கணவன் மனைவி என்னும் நிலைக்கு மாற்றம் செய்கிறது.

சங்ககாலத்தில் மணமுரசு ஒலித்தலைப் பற்றிக் குறுந்தொகை குறிப்பிடவில்லை என்றாலும்,

படுமணி முழவொடு படூஉப்பனை இமிழ (கலித்.70)

என்று கலித்தொகை உறுதி செய்கிறது. சங்க காலத்தைவிட அதனை அடுத்த சங்கம் மருவிய சிலப்பதிகாரக் காலத்தில் பல்வேறு இசைக் கருவிகள் முழங்கப்பட்டன.

தமிழகத்தில் திருமணம் எனத் தாம் எழுதிய கட்டுரையில் எஸ். வையாபுரிப்பிள்ளை, "பாணிக் கிரகணம், ஓமம், தீ வலம் வருதல், சப்தபதி முதலியன சங்க காலத்தில் நிகழ்ந்தன அல்ல. புரோகிதர்கள் மந்திரம் ஓதுதலும் மணவினையில் இல்லை என்றே கூறலாம். தாலி கட்டும் சடங்கும் காணப்படவில்லை" (மு. சண்முகம் பிள்ளை, சங்கத் தமிழரின் வழிபாடுகளும் சடங்குகளும், ப.264) என்று எழுதியுள்ளார். எனினும் குறுந்தொகைப் பாடலில் (குறுந்.106) யாகம் வளர்த்துத் தீயின் முன்னர் திருமணம் நடைபெற்றது என்ற செய்தியால் தீ வலம் வருதல் அக்காலத்தில் இருந்திருக்க வாய்ப்புண்டு என்பதைத் தெரியப்படுத்துகிறது. அவர் சுட்டிய சடங்குகளி;ல் மற்றச் சடங்குகள் ஏதும் சங்க காலத்தில் இல்லை என்பது உறுதியாகிறது.

வளமை அல்லது வேளாண் சடங்குகள்

இயற்கை மக்களை வளமாக வைக்கவேண்டும் என்பதற்காகச் செய்-யப்படும் சடங்குகள் வளமைச் சடங்குகளாகும். இவ்வளமைச் சடங்குகள், இயற்கைக்கு மக்கள் செய்தால் இயற்கையும் மக்களுக்குச் செய்யும் என்ற நம்பிக்கையில் நிகழ்த்தப்படுகின்றன. இவை செழிப்புச் சடங்குகள் என்றும் குறிப்பிடப்படும். மனிதன் இயற்கையின் சீற்றத்திற்கும் தாக்குத-லுக்கும் உட்பட்ட நிலையிலேயே இத்தகைய சடங்குகளை மேற்கொண்-டான்.

இயற்கை வளமையைத் தரவேண்டும் என்பதற்காகச் செய்யப்படும் சடங்குகள் அதிகம் வேளாண்மையில் பின்பற்றப்படுகின்றன. குறுந்தொ-கையில் மட்டுமல்லாமல் சங்க இலக்கியத்தில் காணப்படும் வேளாண் சடங்குகளில் அதிகப்படியான இடத்தைப் பிடிப்பது மழைச் சடங்காகும். ஏனெனில் மழைதான் வளத்திற்கு மூலாதாரம். அதற்கடுத்தாற் போன்று இயற்கை தரும் விளைச்சலை இயற்கைக்கும் செலுத்தி அதிக விளைச்-சலைப் பெறவேண்டும் என்பதற்காக மழைச் சடங்குகள் செய்யப்படு-கின்றன.

மழைச் சடங்குகள்

மழைச் சடங்குகள் நாட்டுப்புற மக்களால் நிகழ்த்தப்படும் வளமைச் சடங்குகளுள் குறிப்பிடத்தக்க ஒன்றாகும். நீரின்றி அமையாது உலகு (குறள்.20) என்பார் வள்ளுவர். மாமழை போற்றுதும் (சிலம்பு.1) என்பார் இளங்கோவடிகள். வேளாண பயிர்கள் வளர மழை அவசியம். அதுவும் குறித்த காலத்தில மழை பெய்தால்தான் பலன் பெறமுடியும். இல்லை-யென்றால் இழப்பும் வறுமையும்தான். மழை பொய்த்துப் பஞ்சம் ஏற்படும் காலங்களில் மழை பெய்ய வேண்டிப் பல்வேறு சடங்குகள் இன்றளவும் நிகழ்த்தப்பட்டு வருகின்றன. "மணமான பெண்களும் கன்னிப் பெண்-களும் வீடு வீடாகச் சென்று, மழைக் கஞ்சி... மழைக்கஞ்சி என்று கூவி அரிசி, மாவு, தானியங்களைப் பெற்று வந்து ஊரின் பொது இடத்-தில் வைத்து உப்பில்லா மழைக்கஞ்சி காய்ச்சிக் கஞ்சியை ஊர்மக்-கள் அனைவருக்கும் வழங்குவர். பின்பு வயது முதிர்ந்த மகளிர் கஞ்சி காய்ச்சிய சட்டிகளைக் கீழே போட்டு உடைத்து மாரடித்து (மார்பில் கைகளால் அடித்து) ஒப்பாரிப் பாடல்களைப் பாடுவர்" (பண்பாட்டுப் பதிவுகள், ப.146) என்று நாட்டுப்புற மக்களின் சடங்குகளைப் பற்றிக் குறிப்பிடுகிறார் ஓ. முத்தையா. மழைச்சடங்கு சமூக நன்மை, வளம்

கருதி நாட்டுப்புற மக்களால் ஒன்றிணைந்து இன்றளவும் செய்யப்பட்டு வருகிறது.

குறுந்தொகையில் வானத்தைப் பார்த்துப் போலச்செய்தல் முறையில் ஒரு பாடல் அமைந்துள்ளது.

தாழிரு டுமிய மின்னித் தண்ணென
வீழுரை யினிய சிதறி யூழிற்
கடிப்பிகு முரசின் முழங்கி யிடித்திடித்துப்
பெய்தினி வாழியோ பெருவான் (குறுந்.270)

என்னும் இப்பாடலில் மக்கள் மழையை வேண்டுவதற்காக முரசு முழங்குகிறார்கள். முரசு ஒலியானது இடியின் ஓசைக்குக் குறியீடாக அமைந்துள்ளது. இடி இடிப்பதைப் போன்று முரசை இடித்தால் வானம் மழையையத் தரும் என்ற நம்பிக்கையில் இது சடங்காகப் பின்பற்றப்-படுகிறது. இது பொழுதுபோக்குத் தன்மை அற்றது; நம்பிக்கை சார்ந்-தது. ஒன்றைச் செய்தால் அதேபோல் இயற்கையும் செய்யும் என்னும் வளமைச் சடங்கின் குறியீடாக முரசு இடிக்கும் சடங்கு அமைகிறது.

மழை பெய்தது. அதனால் இனிக் கவலை இல்லை என்று மனம் ஆனந்தப்பட்டு, மழை வந்ததைக் கொண்டாடும் வண்ணமாகவும் ஒரு பாடல் அமைந்துள்ளது.

தொய்யன் மாமழை தொடங்கலி னவர்நாட்டுப்
பூச லாயம் புகன்றிழி யருவி (குறுந்.367)

என்னும் அடிகளில் மழை பெய்தால் நீர் ஓடைகள், சுனைகள், குளங்கள், அருவிகள் நிறையும். வேளாண்மை சிறக்கும். வறுமையில் இருந்து வளமை அடையலாம் என்று மக்கள் குதூகலம் அடைவதும் காணமுடிகிறது.

திணைப்புனம் நன்கு விளையவேண்டும், இல்லையென்றால் தாம் வறுமையடைய நேரிடும் என்று உழவர்கள் பலர் ஒன்று சேர்ந்து ஊது-கோல்களால் ஊதி ஓசையை எழுப்பி ஆரவாரம் செய்து மழையை வேண்டியமையை,

ஊதுலைப் பெய்த பகுவாய்த் தெண்மணி
மரம்பயில் இரும்பி னார்ப்ப (குறுந்.155)

என்னும் பாடல் சுட்டுகிறது.

மழையை வேண்டிக் கடவுளைக் கும்பிட்ட வழக்கமும் சங்ககால மக்-களிடையே இருந்தது. மழை பெய்வதற்காகச் சுற்றத்தார் அனைவரும்

ஒன்றாகக்கூடி வளம் பொருந்திய கதிர்களைக் கடவுளுக்குப் படையலாக இட்டதாக,

புனவன் றுடவைப் பொன்போற் சிறுதினைக்
கடியுண் கடவுட் கிட்ட செழுங்குரல் (குறுந்.105)

என்னும் அடிகள் விளம்புகின்றன. வளம் பொருந்திய சிறந்த கதிர்-களைப் படையலாகக் கடவுளுக்குப் படைத்தால் வளம் (விளைச்சல்) அதிகம் பெருகும் (விளையும்) என்னும் கருத்தாக்கத்தில் படையல் நிகழ்த்தினர். சுற்றத்தார் அனைவரும் ஒன்றுகூட வேண்டும் என்ற நோக்கத்தோடு கூட்டுத்தன்மை வாய்ந்ததாகவும் இச்சடங்கு அமைகிறது.

வழிபாட்டுச் சடங்குகள்

மனிதன் தனக்குத் தேவையானவற்றைப் பெறவும் தனக்கு நேரும் துன்பங்களிலிருந்து தம்மைப் பாதுகாத்துக் கொள்ளவும் நல்லவை நிக-ழவும் கடவுளை வழிபட்டு வந்தான். அவ்வழிபாட்டு முறைகளில் பல இன்ப நுகர்ச்சிகளையும் துன்ப நுகர்வுகளையும் அனுபவித்தான். அந்-நுகர்ச்சிகள் சடங்குகளாயின. அந்த வகையில் அமைந்த வழிபாட்டுச் சடங்குகளாக முருகனை வழிபடும் வெறியாட்டுச் சடங்குகள் இடம்பெ-றுகின்றன.

வெறியாட்டுச் சடங்குகள்

சங்க காலத்தில் குறிஞ்சி நில மக்களிடம் வெறியாட்டு என்னும் சடங்கு பெரிதும் பரவியிருந்தது. தெய்வம் மக்கள் மீது வந்து ஆடுவதை வெறியாட்டு என்றும் முருகனின் இயல்பான நறுமணத்தை வெறி என்-றும் கூறுவர். வெறியாட்டில் வழிபடுவோர் தெய்வம் தம்மீது வந்து வெளிப்படும் என்னும் நம்பிக்கையில் சடங்கு நிகழ்த்தினர் என்பதைத் தொல்காப்பியர்,

வெறியறி சிறப்பின் வெவ்வாய் வேலன்
வெறியாட் டயர்ந்த காந்தளும் (தொல். பொருள்.63)

என்னும் நூற்பாவில் காட்டுகிறார். வேலன் என்பவன் வெறியாடலின் இயல்பை உணர்ந்தவன் என்றும் வெறியாட்டிற்குக் காந்தள் என்றொரு பெயரும் உண்டு என்றும் தெளிவாக அறியமுடிகிறது. பழந்தமிழரிடையே முருக வழிபாடு வெறியாட்டுச் சடங்காக இருந்தமையைக் குறுந்தொகை வழி உணரமுடிகிறது. இவ்வெறியாடல் 'வெறி' என்றும் 'வெறியாடல்' என்றும் 'வேலனாடல்' என்றும் சுட்டப்பெறுகின்றது.

குறுந்தொகையில் இடம்பெறும் வெறியாட்டுச் சடங்குகள், நிகழ்த்தும் சூழல் சார்ந்ததாகவும், நிகழ்த்தப்படுகின்ற களம் சார்ந்ததாகவும் அமைகின்றன.

வெறியாட்டு நடத்தி முருகனை வழிபடும் சூழல்

தலைமக்கள் களவொழுக்கம் நிகழ்த்தும் காலத்தில் தலைவனைக் காணாது தலைவி உடல் மெலிவாள். தலைவியின் உடலில் வேறுபாடு கண்ட தலைவியின் தாய், முருகன் கோயில் பூசாரியான வேலனை அழைத்துத் தலைவியின் நோய்க்குரிய காரணத்தை வினவுவாள். அவ்வேளையில் இந்நோய்க்குக் குறிஞ்சி நிலத் தெய்வமான முருகனே காரணமாதலால் அவனுக்கு விழா எடுத்தால் தலைவியின் நோய் தீரும் என்று கூறி வேலன் முருகனை வழிபடுவான். சங்க இலக்கியங்கள் அனைத்திலும் முருகனை வழிபடும் இடங்களிலெல்லாம் 'வெறியாட்டு' என்னும் சடங்கே வருணிக்கப்பட்டுள்ளன. தெய்வங்களை அழைக்க வெறியாட்டு நிகழ்த்தும் கட்டுவிச்சியை அழைத்து நல்ல நெடிய குன்றத்தைப் பாடும் மரபு இருந்துள்ளது. இதனை,

அகவன் மகளே யகவன் மகளே

மனவுக்கோப் பன்ன நன்னெடுங் கூந்தல்

அகவன் மகளே பாடுக பாட்டே

இன்னும் பாடுக பாட்டே, அவர்

நன்னெடுங் குன்றம் பாடிய பாட்டே (குறுந்.23)

என்னும் பாடல் எடுத்துரைக்கிறது. தெய்வங்களையும், குலத்தோரையும் அழைத்துப் பாடுவதை மரபாகக் கொண்டவள் கட்டுவிச்சி என்று சொல்லப்படுகின்ற அகவன் மகள் ஆவாள், அம்மகளிர் பாடல் பாடி வெறியாட்டு நிகழ்த்தினர் என்பது இப்பாடலில் புலப்படுகின்றது.

அகவல் மகள் குன்றினைப் புகழ்ந்து பாடியமையும் அக்குன்றின் தலைவன் மீது தலைவி கொண்டுள்ள காதலும் தெரிகிறது. இதனை நோக்கும்போது தலைவியின் வேறுபாட்டைப் போக்குவதற்காக அவள் முருகன் மீது கொண்ட நட்பை, காதலை உறுதிப்படுத்தும் விதமாகக் குன்றின் தன்மைகளையும் அக்குன்றில் முருகனது இயல்பையும் அவனோடு அவள் இருந்த நிகழ்வையும் வெளிப்படுத்தும்போது அவள் தன் நிலையை உணர்ந்து மகிழ்கிறாள். அதனை மீண்டும் பாடுக! மீண்டும் பாடுக! என்று கேட்கிறாள். அவ்வாறு தலைவியின் காதலை உணர்த்துவது வெறியாட்டுச் சடங்கின் முதல் நிலையாக அமைகிறது.

வெறியாட்டுச் சடங்கின் இரண்டாம் நிலையாகப் படையலிடுதல் அமைகிறது. மக்கள் தமக்கு வந்த துன்பத்தினைப் போக்கத் தம்மிடம் இருக்கும் வேறொரு பொருளைத் தந்து அத்துன்பத்தினைப் போக்கிக்-கொள்ளலாம் என்று நினைத்தனர். வயலில்; முதல் போகமாக விளைந்-திருந்த தினைக் கதிரினைத் தெய்வத்திற்குப் படையலிட்டிருந்தபோது, அதனை அறியாமல் எடுத்து உண்ட மயில் மகிழ்ச்சியுடன் ஆடிய ஆட்டத்தை வெறியாட்டு நிகழ்த்திய கட்டுவிச்சியின் ஆட்டம் போன்று அமைந்ததாக மக்கள் எண்ணிய எண்ணத்தைக் காணுமிடத்து அது முருகனை வழிபடுவதற்குப் படையலிட்டு வெறியாட்டுச் செய்த பழக்கத்-தையே சுட்டுவதாக உள்ளது.

புனவன் றுடவைப் பொன்போற் சிறுதினைக்

கடியுண் கடவுட் கிட்ட செழுங்குரல்

அறியா துண்ட மஞ்ஞை யாடுமகள்

வெறியுறு வனப்பின் வெய்துற்று நடுங்கும் (குறுந்.105)

என்னும் பாடலில் மயில் ஆடியதை, தெய்வத்திற்குப் படைக்கப்பட்-டதை உண்டமையால் மயிலைத் தெய்வம் வருத்தியது. அதனால் அது நடுக்கம் அடைந்தது. இதனைக் காணும்போது தெய்வதிற்குப் படைத்-தைத் தெய்வம்தான் உண்ணவேண்டும். அது உண்ணும் என்னும் நம்-பிக்கையை மக்கள் கொண்டிருந்தனர். இச்சடங்கானது தெய்வத்திற்குப் படைக்கப்படுவது தூய்மையானதாகவும் முதன்மையானதாகவும் இருப்பது இன்றியமையாதது. அப்படிப் புனிதத்துடன் படைத்தால் தம்முடைய நேர்த்திக்கடன்; நிறைவேறும் என்று நம்பினர். தமக்கு நேர்ந்த துன்பத்-திலும் தூய்மை, புனிதம் சார்ந்தவைகளாக வாழவேண்டும் என்ற கருத்-தாக்கம் அக்காலத்தில் இருந்தமையைக் குறுந்தொகை சுட்டுகின்றது.

வெறியாட்டுச் சடங்கின் மூன்றாம் நிலையாக வெறியாட்டுக் களம் அமைத்துப் படையலிடுதலோடு உயிர்களைப் பலியிடுதலும் அமைகிறது.

வெறியாட்டுக் களம்

முருகனை வழிபடும் நோக்கில் வேலன் புனையும் வெறியயற் களம் மிகவும் அழகுறப் பேசப்பட்டுள்ளது. செந்நெல்லும், வெண்பொறியும் சித-றிக் கிடக்க மணங்கமழ் மலர்கள் யாவும் பரப்பி வைக்கப்பட்டிருக்கும். வெறியாட்டுக் களத்தில் வேலன் வெள்ளிய பனந்தோட்டினைக் கடம்ப மலரோடு சூடி, கழற்காயை உடம்பில் அணிந்துகொண்டு முருகக் கடவு-ளின் பெரும் புகழினைத் துதித்து, படிமக் கலத்தைக் கையில் தூக்கிக்-

கொண்டு முருகன் தன் குறையைக் களைய வேண்டும் என்று வேண்-
டுவர். இதனை,

> பொய்யா மரபின் ஊர்முது வேலன்
>
> கழங்குமெய்ப் படுத்து, கன்னம் தூக்கி
>
> முருகு என மொழியும் (ஐங்.245)

என்னும் ஐங்குறுநூற்று அடிகள் குறிப்பிடுகின்றன. வெறியாட்டு
நிகழ்த்தும்பொழுது தலைவியின் நோயினைப் போக்க, ஒரு படிமம்
செய்து அதில் கழற்சிக் காய் இரண்டினை இரண்டு கண்களாகப் பதித்து
வேலனிடம் கொடுக்க, அதனை அவன் தூக்கிக்கொண்டு வெறியாடு-
வான்.

வெறியாட்டு நிகழ்த்தப்படும் களம் இவ்வாறு இருக்க வேண்டும் என்-
பதை வரையறையாகக் கொள்வது உகந்தது. இந்நிகழ்வு எப்படி நடக்க
வேண்டும் என்பதனைக் குறுந்தொகையில் கோப்பெருஞ்சோழன் ஞாப-
கப்படுத்துகிறான். மணற்பரப்பில் உதிர்ந்து பரவிக் கிடந்த புன்னை மலர்-
களைக் கண்ட மாத்திரத்தில் செந்நெல்லும் வெண்பொரியும் சிதறிக்
கிடக்கும் முருகன் களமே நினைவுக்கு வந்ததாகக் கூறுகிறான். இதனை,

> .... முன்றில்
>
> நனைமுதிர் புன்கின் பூத்தாழ் வெண்மணல்
>
> வேலன் புனைந்த வெறியயர் களந்தொறும்
>
> செந்நெல் வான்பொரி சிதறி யன்ன (குறுந்.53)

என்னும் பாடல் விளக்குகிறது. அதேபோன்று, கடல் பரப்பில் மணம்
கமழும் ஞாழல் மலருடன் புன்னை மலரும் பரவிக் கிடப்பதைக் கண்ட
அம்மூவனார் என்னும் புலவருக்கு முருகனை வழிபட அமைக்கப்பட்டி-
ருக்கும் வெறியாட்டுக் களமே நினைவுக்கு வந்துள்ளது. அதனை,

> எறிசுறாக் கலித்த விலங்குநீர்ப் பரப்பின்
>
> நறுவீ ஞாழலொடு புன்னை தாஅய்
>
> வெறியயர் களத்தினிற் றோன்றுந் துறைவன் (குறுந்.318)

என்னும் பாடலடிகள் சுட்டுகின்றன.

இப்பாடல்கள் இரண்டிலும் ஐங்குறுநூற்றில் சொல்லப்பட்டதைப்
போல வெறியாட்டு நிகழ்த்தும் வேலன் கையில் ஏதும் கொண்டிருந்தானா
என்பதைக் குறிப்பிடவில்லை. எனினும் வெறியாட்டு நிகழ்த்தப்படும்
களம் கடற்கரை அல்லது ஆற்றங்கரையின் அருகே மக்கள் நடமாட்டம்
உள்ள பகுதிகளில் நறுமணம் மிகுந்த புன்னை மலர்கள் மற்றும் ஞாழல்

மலர்கள் தூவி, அதனோடு வெண்பொரியும் செந்நெல்லும் படைக்கின்-
றனர். இவை முறையே கடவுள், மக்களின் விருப்பத்திற்கேற்ப (மக்களின்
விருப்பமே கடவுளுக்குப் படைக்கப்பட்டது) அவர்களைக் கவரும் நோக்-
கத்தோடுப் பிடித்தமான உணவு வகைகளையும் படைத்தனர். இவ்வாறு
செய்வதன் நோக்கம்;, வெறியாட்டு நிகழ்த்தப்படக்கூடிய பெண்ணை
மீண்டும் சுயநினைவிற்குக் கொண்டு வருவதற்கேயாகும். படையலை
இட்டு அப்பெண்ணிற்கு நேர்ந்த துன்பத்தைப் போக்கும் சடங்கு முறை-
யாகும்.

வெறியாட்டு நிகழ்த்துதலின் உறைந்த குறியீடுகள் தற்காலத்தில் முரு-
கன் கோயிலில் நடத்தப்படுவதாகத் தெரியவில்லை. நாட்டுப்புற வழி-
பாட்டு முறைகளிலும் அதிகப்படியான முருகன் கோயில்களிலும் வெறி-
யாட்டு அல்லது பேயோட்டுதல் என்பது நிகழ்த்தப்படுவதில்லை. அது
பெரும்பான்மை அம்மன் வழிபாடுகளாக்கப்பட்டுவிட்டன.

பலியிடுதல்

வெறியாட்டுக் களத்தில் புன்னை மற்றும் ஞாழல் மலர்களின் நறு-
மணத்தோடு கவர்ந்து நுகர்வோருக்குப் படையலைப் படைக்கும் நிகழ்-
வோடு நில்லாமல் பிரிய உணவான மாமிச இறைச்சியைப் பலியிட்டுப்
படைத்தலும் உண்டு எனக் குறிப்பிடுகிறது குறுந்தொகை. வெறியாட்டு;
நிகழ்த்தப்படும் ஆற்றின் நடுவில் அமைந்த மணல் திட்டில் பல இசைக்-
கருவிகள் முழங்க வெள்ளாட்டின் குட்டியினது கழுத்தை அறுத்து,
தினை அரிசி நிரம்பிய பிரம்பின் கூடையை வைத்து அவ்வாட்டின்
இரத்தம் தலைவியின் நெற்றியில் நீவப்படுவதை,

மறிக்குர லறுத்து, தினைப்பிரப் பிரீஇச்
செல்லாற்றுக் கவலைப் பல்லியங் கறங்க (குறுந்.263)

என்னும் அடிகள் குறிப்பிடுகின்றன.

சங்க காலத்தில் வெறியாட்டுக் களத்தில் (ஆற்றின் கரைகளில்
அல்லது நடுவில்) தூவப்படும் வெண்பொரியும், புன்னை மலர்களையும்
ஞாழல் மலர்களையும் போன்றே தற்காலத்தில் ஒரு சடங்கு நிகழ்கிறது.
ஏதேனும் ஒரு காரணத்தால் பயந்தவருக்கு அல்லது சுயநினைவை
இழந்த தோற்றம் கொண்ட ஒருவருக்கு முருகன் கோயில் அல்லது பிற
கோயில்களில் விபூதி, எலுமிச்சைப் பழம் மந்திரித்துத் தரப்படும். அப்-
பொழுது சரியாகிவிடும் என்று நம்புகின்றனர். அப்படிச் சரியாகவில்-
லையென்றால் அவர்கள் பயந்த இடத்தைக் கோவில் பூசாரி சுட்டிக்-

காட்டுவார். அது பெரும்பான்மை ஆற்றங்கரைகள் அல்லது மூன்று, நான்கு இடங்கள் கூடும் இடமாக இருக்கும். அவ்விடத்தில் மேற்-சொன்ன பொறியையும் உடன் அவலையும் தூவி, சேவல் அல்லது கிடாவை வெட்டி அவர்களின் நெற்றியில் தடவுவர். அப்போது மீண்டும் பழைய நிலைக்குத் திரும்புவர் என்பது நம்பிக்கை.

படையலிடுதல், பலியிடுதல் என்னும் சடங்குகள் நிகழ்த்தப்படுதல் சார்ந்ததாகவும் நிகழ்த்தப்படும் இடம் சார்ந்ததாகவும் அமைகின்றன. ஒன்றினைத் தந்து மற்றொன்றைப் பெறுவதற்குச் சடங்கு செய்யப்படுகின்-றது என்பது ஒன்றின் தேவை தாவரம் மற்றும் விலங்குகளால் (பெறப்-படும் பொருளின் தன்மையைப் பொறுத்து) படையலிட்டும் பலியிட்டும் பூர்த்தி செய்யப்படுகின்றது.

குறிபார்த்தல்

வெறியாட்டுச் சடங்குகள் நிகழ்வதற்குக் காரணமாக அமைவது குறி-பார்த்தல் என்னும் சடங்காகும். தலைவி தலைவனுக்காக ஏங்குகிறாள். அவள் உடல் மெலிவதால் அவளுடைய வேறுபாட்டிற்குக் காரணம் கண்டுகொள்ளத் தலைவியின் தாய் கட்டுப் பார்ப்பதற்கோ அல்லது கழங்கு பார்ப்பதற்கோ ஏற்பாடு செய்கிறாள். முது பெண்டிர் நெல்லை வைத்துக் குறி கூறும் சடங்கு 'கட்டுக்குறி' ஆகும். 'கழங்குக்குறி' வேலனால் நடத்தப்படும் சடங்காகும். இந்த இரண்டு சடங்குகளிலும் தலைவியை முருகன் அணங்கினதைக் கண்டுபிடித்து அதற்குத் தெய்வ சாந்தியான வெறியாடலைத் தலைவியின் தாய் ஏற்பாடு செய்கின்றாள்.

முருகன் செம்முது பெண்டிர்மேல் ஆவேசித்துக் குறிப்பு உணர்த்து-வான் என்று அக்கால மக்கள் நம்பினர். அதற்கு,

நல்நுதல் பரந்த பசலை கண்டு, அன்னை
செம்முது பெண்டிரொடு நெல்முன் நிறீஇ
கட்டின் கேட்கும் (நற்.288)

என்னும் அடிகள் சான்றாகும். "கட்டு கேட்கும் கட்டுவிச்சி குறப்-பெண்ணாக இருப்பாள். இவளுடைய தொழில் குறி சொல்லுதல் ஆகும். கட்டுவிச்சியை அகவன் மகள் என்று அழைப்பர்" (சங்கத் தமிழரின் வழிபாடுகளும் சடங்குகளும், ப.250) என்கிறார் மு. சண்முகம் பிள்ளை. ஏனைய சங்க இலக்கியமும் அதனையே குறிப்பிடுகின்றன. இவள் கையில் கோலைக்கொண்டு மந்திரங்களைச் சொல்லிக் குறி கூறுவாள்.

இதனை,

வெண்கொடைச் சிறுகோ லகவன் மகளிர் (குறுந்.298)

என்னும் அடி உணர்த்துகிறது. "கட்டுவிச்சி முற்றத்தில் நெல்லை-யிட்டு, எண்ணி, அதனால் புலப்படும் நிமித்தங்களை அறிந்து கூறுவாள். இவர்கள் தெய்வம் ஏறிக் குறி கூறுதலும் உண்டு. பிற்காலக் கலம்பகங்-களில் குறம் என்ற உறுப்பாகவும், குறவஞ்சி என்ற இலக்கிய வகையா-கவும் நிமித்தம் கூறுதல் வளர்ச்சியுற்றது" (வி. நாகராசன், குறுந்தொகை மூலமும் உரையும், பக்.70-71)

குறமகளிர் நெல்லை பயன்படுத்தியமைக்கான காரணம் வளமையின் குறியீடாகும். அது மட்டுமல்லாமல் குறி சொல்லும் பெண்ணின் உணவுப் பயன்பாட்டிற்கு நெல் தேவைப்பட்டது. ஆகையால் அதனைப் பயன்ப-டுத்தினர்.

கட்டுப் பார்த்தல்

கட்டுப் பார்த்தல் என்பது முறத்தில் நெல்லை வட்டமாகப் பரப்பி வைத்துத் தெய்வங்களைப் பாடி எண்ணிப் பார்த்துக் கட்டுவிச்சி காணும் குறியாகும். கட்டுவிச்சியின்மேல் முருகன் ஆவேசப்பட்டு வருவதுண்டு. கழங்கின் வழியாகக் குறி சொல்பவன் பெயர் வேலன். இவன் முருகனின் பூசாரியாவான். படிமத்தான் என்றும் அழைக்கப்பட்டான். முருகன் தலைவியையப் பற்றியுள்ளதைக் கழங்கின் மூலமாகக் கண்டுபிடித்துக் கூறுவான். தலைவிக்குற்ற நோயை அன்னை அறிவதற்குக் கழங்கிட்டுப் பார்த்தல் அக்கால வழக்கு.

கழங்கு என்பது கழற்சிக்காய் வித்துக்கள் பலவற்றை முருகன் முன் போட்டு வேலன் தன் தலையில் ஆடை அணிந்து கையில் கோல் ஒன்று ஏந்தி, அந்தக் கோலால் கழற்சி வித்துக்களை வாரி எடுக்கும்-போது குறிப்புக்காணும் ஒருவகைக் குறி. நற்சிற்றூரில் உள்ள முதிய வேலன் கழங்கை இட்டுத் தலைவியின் இந்த நோய்க்குக் காரணம் முரு-கனே என்று கூறுவான். இதை அறிந்த தாய் வெறியாட்டு நடத்தவேண்-டும் என்று கூறுவாள்.

வேலன் என்னும் சொல் முருகனுக்கு வழிபாடியற்றுவோனைக் குறித்து நின்றது. காதலனொடு கலந்த தலைவியின் வேறுபாடு கண்ட அன்னை வேலனை அழைத்து வெறியாட்டு எடுப்பாள். வெறியுடன் ஆடும் வேலனின் மேனியில் முருகன் நிற்பான் என்பதைக் குறுந்தொ-

கைப் பாடல்கள் (53,318,362) உணர்த்துகின்றன. இதனை அறிந்த தலைவன் திருமணம் செய்ய வருவான் என்று குறிபார்த்தல் மூலமாக அறியமுடிகிறது.

விரிச்சி சொல்லும் கட்டுவிச்சிகளுக்கு அக்காலப் பெண்கள் வாழ்த்-துதலைத் தெரிவித்துப் பிடித்தமான உணவுகளை அவர்களுக்காகப் படைத்தமையையும் (குறுந்.53) அறியமுடிகிறது.

முருகன் கையில் உள்ள வேலைக்கொண்டு வெறியாட்டு நிகழ்த்து-வான் வேலன். உடுக்கை இசைப்பான். சேவல் கொடி ஆண்மைச் சின்-னமாகப் பயன்படுத்தப்படும் குறியீடாகும். உடுக்கையும் வேலும் முறையே விலங்குகள் தம்மை நெருங்காமல் இருக்க ஓசை எழுப்புவதற்கும், தம்மை அணுகும் விலங்குகளை அழிக்கப் பயன்படுத்தும் கருவிகளின் குறியீடாகும். அதுவே பின்னர் கடவுளின் சின்னங்களாகவும் தொன்மங்-களாகவும் பரிணமித்தன. மக்களின் பயத்தைப் போக்க அவர்கள் பயன்-படுத்திய கருவிகள் இசை முழக்கங்கள் ஆகியவை உறைந்த குறியீடுக-ளாக இருக்கின்றன.

சங்க காலத்தில் குறிஞ்சி நில மக்களிடையே வெறியாட்டுச் சடங்-குகள் இருந்தன. வெறியாட்டு நிகழ்த்தி முருகனை வழிபடும் சூழலை அமைத்தனர் அக்கால மக்கள். வெறியாட்டு நிகழ்த்தும் களம் வெறி-யாட்டுக் களம் என்று வழங்கப்பட்டது. கட்டுவிச்சியை அழைத்துக் குறி-பார்க்கும் வழக்கமும் வேலன் கழற்சிக்காய் கொண்டு குறிபார்க்கும் வழக்-கமும் இருந்தது என்பது குறுந்தொகை வழி தெரியவருகின்றது.

திருவிழாச் சடங்குகள்

சடங்குகள் திருவிழாக் காலங்களில் அதிகம் செய்யப்படுகின்றன. திருவிழாக்கள் என்பது வெறுமனே மக்கள் இன்பமடைவதை மட்டுமே குறிக்கோளாகக் கொண்டதன்று. தனி ஒரு மனிதனை மட்டும் சார்ந்ததும் அன்று. ஒரு குறிப்பிட்ட குழு அல்லது பல இனக்குழுக்களின் ஒற்று-மையை நிலைநாட்டுவதாகவும் அவர்கள் சார்ந்த சமூகத்தின் குறிப்பிட்ட பண்புகளை வலியுறுத்துவதாகவும் அது அமைகிறது. சமூகம் சார்ந்த-தாக அமையும் திருவிழாக்கள் கடவுள் வழிபாட்டுடன் தொடர்புடைய-தால் புனிதம் சார்ந்தவையாகவும், மக்களை ஒன்று கூட்டும் தன்மை உடையதாகவும் இருக்கிறது. செயல் நிகழ்த்தப்படும் இடம், காலம் ஆகி-யவற்றைச் சார்ந்ததாகவும் அது அமைகிறது. அச்சடங்குகள் பாரம்பரியப் பண்பாட்டின் எச்சங்களாகவும் இருக்கின்றன. பெரும்பான்மையாக இன்-

றும் சடங்குகள் கடைபிடிக்கப்படுவது அவற்றின் சிறப்புக்களை எடுத்து-
ரைக்கின்றது.

பண்டைக் காலம் முதல் தோன்றிய பல சடங்குகள் மறைந்துவிட்ட
சூழலில் திருவிழாச் சடங்குகள் மட்டும் அப்படியே எஞ்சி இன்றளவும்
பின்பற்றப்படுவது இதன் சிறப்பைக் காட்டுகின்றது. சடங்குகளைக் கடை-
பிடிப்பதற்குக் காரணம் அவை வெறும் பொழுதுபோக்குத் தன்மை
உடையவை அல்ல. சமூக உறவுகளை ஒருங்கே கூட்டி ஒன்றுபடுத்-
துபவை. நனவு சார்ந்தவை. தனக்குப் பின் சமூகத்திற்குப் பண்பாட்டு
அடையாளங்களை விட்டுச் செல்பவை.

திருவிழாக் காலங்களில் இரவலர்க்கும் பிறருக்கும் தானம் செய்தலும்
உண்டு. தானம் செய்கின்ற பொழுது நீரைத் தாரைவார்த்து வழங்குவர்
அக்கால மக்கள். அதனை,

நீரொடு சொரிந்த மிச்சில் யாவர்க்கும்
வரைகோ லறியாச் சொன்றி (குறுந்.233)

என்னும் அடிகள் உரைக்கின்றன. இதில் நீரை வார்த்துக் கொடுத்தல்
என்பது, மழை வளத்தின் உறைந்த குறியீடாகிறது. மரம் எப்படி எதையும்
எதிர்பாராமல் தம்மைச் சார்ந்தோர், சாராதோர் எனப் பாராமல் அனை-
வருக்கும் பொதுவாக நிழலைத் தருகிறதோ அவ்வாறு பயன் கருதாது
வழங்க வேண்டும் என்பது இச்சடங்கின் நோக்கமாகும். இதனையே,

அழல்மண்டு போழ்தின் அடைந்தவர்கட் கெல்லாம்
நிழல்மரம்போல் நேரொப்பத் தாங்கிப் – பழுமரம்போல்
பல்லார் பயன்துய்ப்பத் தான்வருந்தி வாழ்வதே
நல்லாண் மகற்குக் கடன் (நாலடி, சுற்றந்தழால்.2)

என்னும் நாலடியார் பாடல் எடுத்துரைக்கிறது.

திருவிழாக்கள் என்பது மக்கள் அனைவரும் ஒன்று கூடும் கூட்டுச்
சடங்காகும். வீரர்கள் அனைவரும் ஒன்று சேர்ந்து நடத்தும் விழாவைக்
குறிப்பிடுகின்றது குறுந்தொகை. அப்பாடலில் மகளிர் அனைவரும் தத்த-
மக்குரிய மள்ளர்களைத் தழுவி ஆடும் மரபினைக் காணமுடிகிறது. அது
துணங்கைக் கூத்து எனப்படும். அதே வேளையில் மகளிர்க்கும் மள்ளர்-
களுக்கும் சமூக உறவுகளை வெளிப்படுத்தும் சடங்காக அது அமைகி-
றது. இதனை,

மள்ளர் குழீஇய விழவி னானும்
மகளிர் தழீஇய துணங்கை யானும் (குறுந்.31)

என்னும் அடிகள் சுட்டுகின்றன. துணங்கை என்பது மகளிர் ஆடும் ஆட்டம். இது முல்லை நிலத்தைச் சிறப்பிக்கிறது. முல்லை நிலத்தின் குலக்குறிச் சடங்காகவும் இது அமைகிறது. அதே சமயத்தில் உறவி- னர்களை ஒன்று சேர்க்கும் நிலையிலிருந்து ஒருபடி மேலாய்ப் பொருள் நிமித்தமாகவோ அல்லது வேறு காரணமாகவோ பிரிந்தவர்களை ஒன்று சேர்க்கும் சடங்காகவும் அது அமைகிறது. அதனை,

வாலிழை மகளிர் விழவணிக் கூட்டும்

மாலையோ வறிவேன் மன்னே (குறுந்.386)

என்னும் அடிகள் உணர்த்துகின்றன. இதனை,

பொய்தல் மகளிர் விழவுஅணிக் கூட்டும் (அகம்.26)

வால் இழை மகளிர் நால்வர் கூடி (அகம்.86)

மாலையோ நோய்செய்தல் மணந்தார் அகலாத

காலை அறிந்திலா தேன் (குறள்.1226)

என்னும் பாடல்களின் அடிகள் மெய்ப்பிக்கின்றன.

பிரிந்தவர்களை, உறவினர்களை, ஒன்றுபட்ட சமுதாயத்தைக் கூட்- டுவிக்கவே அக்கால மக்கள் விரும்பினர். அதற்காகவே மக்கள் கூட்டம் அதிகமாகச் சேரவேண்டும் என்பதற்காகக் கடற்கரைகளையும் மைதா- னங்களையும் அவர்கள் தேர்ந்தெடுத்தனர் என்பது குறுந்தொகை (குறுந்.125) மூலம் தெளிவாகிறது.

திருவிழாக் காலங்களில் சங்ககால மக்கள் அனைவரும் ஒன்று கூடிக் காவிரி நீராடி மகிழ்ந்தனர். இது புனிதத்துடன் தொடர்புடையது. மக்கள் திருவிழாச் சடங்கில் புனிதத் தன்மையோடு இருக்கவேண்டும் என்பது இதன்வழிப் புலனாகிறது. இதற்கென்றே சங்க இலக்கியத்தில் பல இடங்களில் 'காவிரி நீராடல்', 'புனித நீராடல்' என்று சுட்டப்பட்டுள்ளமை குறிப்பிடத்தக்கது. அப்படிப் புனிதமுடைய விழாக்கள் நிறைந்த ஊர்- கள் சிறப்பிடம் பெற்றமை 'அழிசி ஆர்க்காடு' (அழிசி என்னும் அரசன் ஆண்ட ஆர்க்காடு) மூலம் உணரமுடிகிறது. அழிசி என்னும் அரசனு- டைய ஊராகிய ஆர்க்காடு 'விழவு மேம்பட்ட ஊர்' என்னும் சிறப்புப் பெயரைப் பெற்றுள்ளது.

……… ……… ……… காவிரிப்

பலராடு பெருந்துறை மருதொடு பிணித்த

ஏந்துகோட் டியானைச் சேந்தன் றந்தை

தேம்கமழ் விரிதார் இயல்தேர் அழிசி (குறுந்.258)

வெல்போர்ச் சோழர் அழிசியம் பெருங்காட்டு (நற்.87)

என்னும் பாடல்களின் அடிகள் சுட்டுகின்றன.

புனிதத்துடன் தொடர்புடைய திருவிழாச் சடங்கில் அழகுப்படுத்திக் கொள்வதும் புனைந்து கொள்வதும் ஓர் அங்கமாகத் திகழ்கின்றது என்பதைச் சுட்டுகிறது குறுந்தொகை. இதனை,

உடுத்துந் தொடுத்தும் பூண்டுஞ் செரீஇயும்
தழையணிப் பொலிந்த வாயமொடு துவன்றி (குறுந்.295)

என்னும் பாடல்கள் உரைக்கின்றன. தம்மைப் புனிதப்படுத்திக் கொண்டும் (தூய்மை செய்து கொண்டும்), புனைந்து கொண்டும், அழகு-படுத்திக் கொண்டும் செல்லும் பெண்கள் தங்கள் கணவன் அல்லது காதலனுடன் சேர்ந்து தம் மூதாதையர், பெற்றோர், பெரியோர் ஆகியோ-ரிடம் ஆசிகள் (வாழ்த்துக்கள்) வாங்குதலைப் புலப்படுத்தும் விதமாக,

நல்லோர் நல்ல பலவாற் றில்ல (குறுந்.223)

என்னும் அடி அமைகிறது. மூத்தோர்களின் நல்வாய்ச் சொற்களைக் கேட்கும் சடங்கென்பது செயல் சார்ந்ததாக அமைகிறது. நல்லோர்கள் நல்லாசி நடைமுறையில் பலிக்கும் என்று நம்பப்பட்டது. அவர்களின் நல் வார்த்தைகளின்படி நல்ல முறையில் வாழ்க்கை நடத்தத் திருவிழாக்கள் பயன்பட்டன. ஆகையால் அது நனவு சார்ந்த சடங்காகப் பரிணாமம் அடைகிறது.

மொத்தத்தில் ஒட்டு மொத்தச் சமூகமும் ஒன்று சேர்ந்து நடத்தக்-கூடிய திருவிழா என்னும் சடங்கு புனிதத் தன்மையுடையது, கூட்டுத்-தன்மை வாய்ந்தது, வெறும் பொழுதுபோக்குத் தன்மை மட்டும் கொண்-டதன்று, சமூக உறவுகளை வெளிப்படுத்துவது, வெளிப்பாட்டு நடத்தை சார்ந்தது, செயல் சார்ந்தது, நிகழ்த்துதல் சார்ந்தது என்பது தெளிவாகி-றது.

மந்திரச் சடங்குகள்

மனிதனின் நடைமுறை வாழ்வில் சில பயன்களைப் பெறுவதற்-காகவும் எதிரிகளை பலவீனப்படுத்தவும் நம்பிக்கையின் அடிப்படையில் மேற்கொள்ளப்படும் போலச் செய்தல் என்னும் செயல்பாடே 'மந்திரம்' எனப்படுகிறது. இதனை மாந்திரீகம், பில்லி, சூனியம், ஏவல் என்றும் இவை தொடர்பான சடங்குகள் நிகழ்த்துவோரைப் பூசாரி, மந்திரவாதி, சூனியக்காரன் என்றும் கூறுவதுண்டு. இவ்வகைச் சடங்குகளில் ஒன்றா-கப் பூசாரிகளால் செய்யப்படும் வேலன் வெறியாட்டு இடம்பெறுகிறது.

பிற சடங்குகள்

வாழ்க்கை வட்டச் சடங்குகள், வளமைச் சடங்குகள், வழிபாட்டுச் சடங்குகள், மந்திரச் சடங்குகள் ஆகியவற்றில் சொல்லப்பெறாத சடங்கு- களாக மேலும் சில நிகழ்வுகள் காணப்படுகின்றன. திருவிழாக் காலங்க- ளில் நிகழ்த்தப்படும் துணங்கைக் கூத்து, வேளாண்மை மற்றும் பயன்பாடு சார்ந்த பொருட்களின் வேலைப்பாடுகள் நிறைந்த தொழில் நுட்பச் சடங்- குகள், காதலித்த பெண்ணை அடைவதற்காகத் தலைவன் மடலேறுதல் ஆகிய நிகழ்வுகள் சடங்குகளாக வரையறுத்து உரைக்கப்பட்டுள்ளன.

மடலேறுதல்

மடல் என்பது பனை மடலால் குதிரை வடிவினதாகச் செய்யப்பட்ட உருவமாகும். காமம் மிக்க தலைவன் ஒருவன் பனை மடலால் குதிரை- யைப் போல் ஓர் உருவம் செய்து, அதன் கழுத்தில் மணி, ஆவிரை மாலை முதலியவற்றைப் பூட்டி, அதன் மேலாக ஏறி ஊர் மன்றத்திற்கு வருவான். தான் காதலித்த பெண்ணின் உருவையும் தன் வடிவத்தையும் படத்தில் எழுதிக் கையில் பிடித்திருப்பான். மடலேறும் தலைமகன் எருக்க மாலை, ஆவிரை மாலை, வெள்ளெலும்பு மாலை முதலியன அணிந்து கொண்டிருப்பான். இவனது வருகையைக் கண்ட ஊர்க்காரர்- கள் இவனுக்கு இன்னாளோடு காதல் தொடர்பு உண்டு என்று அறி- வார்கள். இச்செய்தி எங்கும் பரவி அப்பெண்ணைப் பழிப்பார்கள். அது- கேட்ட தலைவியின் சுற்றத்தார் மடலேறி வந்த ஆடவனுக்கு அவளை மணம் முடித்து வைப்பார்கள்.

ஊரார் அனைவரும் அறியும் வண்ணம் தாம் மேற்கொண்ட காரியம் நிறைவேறுவதற்குப் பனை மடல்களால் செய்யப்பெற்ற குதிரையில் தலைவன் எருக்க மாலையைச் சூடிக்கொண்டு மடலேறுவதை,

மாவென மடலு மூர்ப பூவெனக்

குவிமுகி ழெருக்கங் கண்ணியுஞ் சூடுப

மருகி னார்க்கவும் படுப

பிறிது மாகுப (குறுந்.17)

என்னும் பாடல் எடுத்துரைக்கின்றது. பனை மடலால் செய்யப்பட்ட குதிரையில் ஏறி வலம் வருதல் பகுத்தறிவற்றதாக இருந்தாலும் அதனைக் காணும் மக்கள் அவனின் காதல் உள்நோக்கத்தினைக் கண்டு இரக்கப்படுவார்கள் என்னும் நம்பிக்கை சார்ந்த சடங்காக அது அமை- கிறது. அவன் சூடிய எருக்க மாலை யாரும் சூடாத தன்மையை உடை-

யது. அதனால் யாவரினும் காதல் அதிகம் கொண்டவன் என்பதையும் புலப்படுத்தும் வகையில் அது சடங்காகிறது. அதுமட்டுமல்லாமல் காத-லியின்றி உயிர் வாழ்தல் தமக்கு நலம் பயக்காது. தாம் இறத்தற்குச் சமம் என்று சுட்டும் நோக்கத்தையும் அது சுட்டுகிறது. மேலும் தம் காதல் இதன் பிறகும் கைகூடவில்லை என்றால் தாம் இறந்தபின்னர் சூட்டப்-டும் மாலையைக் காட்டி அவளை அடையவில்லையெனில் தாம் இறப்-பது உறுதி என்று ஊரார்க்குச் சொல்லும் சடங்காகவும் அது அமைகி-றது.

எருக்க மாலையைப் போன்றே மடலேறும் நோக்கத்தினை ஊரார்க்-கும் தலைவியின் தாய் தந்தையர்க்கும் உரைக்க ஆவிரை மாலையும், அது போன்ற பல மாலைகளும் சூடப்பட்டமை,

பொன்னே ராவிரைப் புதுமலர் மிடைந்த

பன்னூன் மாலைப் பனைபடு கலிமா (குறுந்.173)

என்னும் அடிகளில் வெளிப்படுகின்றது. ஆவிரை மாலை, எருக்க மாலை ஆகிய பல மாலைகளை மக்கள் அணியாமல் புனிதத் தன்-மைக்குப் பயன்படுத்துவதை அறியமுடிகிறது. "மடல் மாவிற்கு ஆவிரை, பூளை, எருக்கு, எலும்பு ஆகிய பல மாலைகள் அணிவிக்கும் இயல்பு குறிக்கப்பட்டது" (குறுந்தொகை மூலமும் உரையும், ப.400) என்கிறார் வி. நாகராசன்.

முடிவுகள்

- சடங்குகள் என்பது மக்களின் அணுகுமுறைகளின் தொகுப்பாகும். அது ஒவ்வொரு சமூகத்தாரிடம் ஒவ்வொரு முறையில் வேறுபடுகின்றன. என்றாலும் இன்றளவிலும் புனிதத்துவம் கருதிக் குறியீட்டு நிலையில் மக்களால் மேற்கொள்ளப்படும் செயல்பாடாகும். பல்வேறு இனக்குழுக்களாக வாழ்ந்த மக்கள் இயற்கைச் செயல்பாடுகளால் மகிழ்ச்சியடைந்து அதற்கு நன்றி செலுத்தும் பொருட்டும் பாதிப்பேற்படும்போது அதனைத் திருப்திப் படுத்தும் பொருட்டும் திரும்பத் திரும்ப நிகழ்த்துவதாகும்.

- சடங்குகள் செயல் வடிவம் கொண்டதாகவும் நிகழ்த்தப்படுவதாகவும் அமைவதே அதன் சிறப்புக் கூறுகளாகும். சடங்கு செய்வோர், பங்கேற்போர், பார்வையாளர் ஆகியோருடைய நடத்தை

முறைகளின் தொகுப்பே சடங்கு நிகழ்வாகும்.

- சடங்கு நிகழ்த்தப்படும் இடம், காலம், சூழல், தேவை, நோக்கம் போன்ற காரணங்களை முன்வைத்து அவற்றின் தன்மைகள் வேறுபடுகின்றன. சடங்குகள் செயல், நிகழ்த்துதல், நனவு, தன்னார்வம், கருவி, பகுத்தறிவு, கூட்டுத்தன்மை, சமூகம், சமூக உறவுகள், புனைவு, குறியீடு, வெளிப்பாடு, நடத்தை, அழகியல், புனிதம் ஆகியவற்றோடு தொடர்புடையதாக அமைகின்றது.

- சடங்குகள் குறித்த கோட்பாட்டியல் சிந்தனைகளை, அர்னால்ட் வான் கென்னப், எமிலி துர்க்ஹைம், ஹோவல் டாய், அந்தோணி வாலஸ், ரெனால்ட் கிரிமஸ், அந்தோணி குட், விக்டர் டர்னர், வீணா தாஸ், சிக்மண்ட் ஃபிராய்டு ஆகியோர் குறிப்பிடுகின்றனர்.

- சடங்குகள் வாழ்க்கை வட்டச் சடங்குகள், வளமைச் சடங்குகள், வழிபாட்டுச் சடங்குகள், திருவிழாச் சடங்குகள், மந்திரச் சடங்குகள், பிற சடங்குகள் என வகைப்படுத்தப்பட்டுள்ளன.

- நிச்சயதார்த்தம், சிலம்பு கழித்தல், மணநாள் குறித்தல் போன்றன வாழ்க்கை வட்டச் சடங்குகளாகும். மணநாளில் நிகழும் சடங்குகள் மணச்சடங்குகள் எனப்படும்.

- மழையை வேண்டிக் கடவுளை வழிபட்டனர், சுற்றத்தார் அனைவரும் ஒன்றாகக் கூடி கடவுளுக்குப் படையலிட்டனர்.

- வழிபாட்டுச் சடங்குகளாக வெறியாட்டுச் சடங்குகள் இடம்பெறுகின்றன. வெறியாட்டு நடத்துபவன் வேலன். வெறியாட்டு நடத்துவதற்குக் களம் அமைக்கப்பட்டது. வெறியாட்டுக் களத்தில் மலர்களைத் தூவுதல், பொரிகளைத் தூவுதல், விலங்கினைப் பலியிடுதல் ஆகியவை நடத்தப்பட்டன. வெறியாட்டு நிகழ்த்துவதற்காகக் கட்டுவிச்சி குறிபார்த்தல், கழங்கிழைத்தல் போன்றவற்றைச் செய்தாள்.

- திருவிழாச் சடங்குகள் பிரிந்தோர், உறவினர் ஆகியோரைக் கூட்டுவிப்பதற்காக நடத்தப்பட்டன. சாதாரண நாட்களைவிடத் திருவிழாக் காலங்களில் ஒப்பனை செய்துகொள்வதும், அணிகலன்கள் அணிந்து அழகுபடுத்திக்கொள்வதும் நடைமுறையில் இருந்தது. விழா நாட்களில் தூய்மையாக இருப்பதும், மூத்தோர்களின் ஆசி பெறுவதும் புனிதத் தன்மையை வெளிப்படுத்தும் சடங்குகளாக அமைகின்றன.

முடிவுரை

மனித மனநிலையின் விளைவான அச்சம், நம்பிக்கை, மந்திரம் ஆகியவை ஒன்றிணைந்து வழிபாடாக உருப்பெற்றது. நாளடைவில் தாம் கண்டவற்றை வழிபாட்டு உருவமாக்கி (தெய்வம்) அதனை வழிபடும் இடம் (கோயில்) ஒன்றை அமைத்தனர் மக்கள். ஒரு சமூகத்தின் அல்லது நிறுவனத்திற்குட்பட்ட ஒரு தனிப்பட்ட தெய்வம் அல்லது ஒரு தொகுதியாக அமையும் தெய்வங்கள், முனிவர், தெய்வீக ஆற்றலால் உந்தப்பட்டவர்களின் சமய நம்பிக்கைகளும், பிற செயல்பாடுகளும் உள்ளடங்கியதே வழிபாட்டு மரபாக விளங்குகிறது.

பழந்தமிழரின் வழிபாட்டு மரபாக இயற்கையைத் தெய்வமாக வழிபட்டமையைக் காணமுடிகின்து. சங்ககால மக்களிடம் இருந்த வழிபாட்டு முறைகளாக ஆவி வழிபாடு, உயிர்ப்பாற்றல் வழிபாடு, இயற்கை வழிபாடு, குலக்குறி வழிபாடு, போலியுருவ வழிபாடு, முன்னோர் வழிபாடு ஆகியவை காணப்படுகின்றன.

சங்ககால மக்களின் மருட்சித் தன்மை, இயற்கை மாறுபாடு ஆகியவை ஆவி வழிபாடு உருவாவதற்குக் காரணமாக அமைந்தன. அணங்கு, சூர், பேய் ஆகியவற்றின் மீது இருந்த அச்சம், வியப்பு, நம்பிக்கை ஆகியன ஆவி வழிபாடுகளாக மலர்ந்தன.

இயற்கை சார்ந்த நம்பிக்கை இயற்கை வழிபாடானது. இடி, மின்னல், மழை, அலை, புயல் போன்ற இயற்கை நிகழ்வுகளும், நிலம், நீர், காற்று, நெருப்பு, ஆகாயம் ஆகிய ஐம்பெரும் பூதங்களின் சீற்றங்களும் மனிதனை அச்சுறுத்தியதே இயற்கை வழிபாட்டிற்கு இன்றியமையாத காரணமாக அமைகின்றது.

ஞாயிறு வழிபாடு, திங்கள் வழிபாடு, தீ வழிபாடு, வேள்வி வழிபாட்டு முறை, வேள்வி வழிபாட்டுக்குரிய அந்தணர், விளக்கு வழிபாட்டு முறை, மர வழிபாடு, மழை

வழிபாடு, பாம்பு, பாம்பு சேர் மதி (கிரகணம்), விசும்பு வீழ் கொள்ளி (எரி நட்சத்திரம்) ஆகிய வழிபாடுகள் காணப்படுகின்றன.

மரங்களும் பயன்படு பொருட்களும் குலக்குறி வழிபாடாக விளங்கின. கொற்றவை வழிபாடு மற்றும் முருக வழிபாட்டில் குலக்குறி எச்சங்கள் தென்படுகின்றன.

இயல்பிறந்த இயற்கையின் ஆற்றல்கள் சில பொருட்களில் உறைந்துள்ளன என்ற நம்பிக்கையே போலியுருவ வழிபாடானது. போலியுருவ வழிபாடுகளாக பாவை நோன்பு, கொல்லிப் பாவை, பாவை விளக்கு, தாலி அணியும் வழக்கம் ஆகியன இடம்பெறுகின்றன.

உயிர்ப்பாற்றல் வழிபாட்டில் முன்னோர் வழிபாடும், நடுகல் வழிபாடும், திணை சார்ந்த தெய்வ வழிபாடுகளில் முருக வழிபாடும், கொற்றவை வழிபாடும் இடம்பெறுகின்றன.

சடங்குகள் என்பது மக்களின் அணுகுமுறைகளின் தொகுப்பாகும். அது ஒவ்வொரு சமூகத்தாரிடம் ஒவ்வொரு முறையில் வேறுபடுகின்றன. என்றாலும் இன்றளவிலும் புனிதத்துவம் கருதிக் குறியீட்டு நிலையில் மக்களால் மேற்கொள்ளப்படும் செயல்பாடாகும். பல்வேறு இனக்குழுக்களாக வாழ்ந்த மக்கள் இயற்கைச் செயல்பாடுகளால் மகிழ்ச்சியடைந்து அதற்கு நன்றி செலுத்தும் பொருட்டும் பாதிப்பேற்படும்போது அதனைத் திருப்திப் படுத்தும் பொருட்டும் திரும்பத் திரும்ப நிகழ்த்துவதாகும்.

சடங்குகள் செயல் வடிவம் கொண்டதாகவும் நிகழ்த்தப்படுவதாகவும் அமைவதே அதன் சிறப்புக் கூறுகளாகும். சடங்கு செய்வோர், பங்கேற்போர், பார்வையாளர் ஆகியோருடைய நடத்தை முறைகளின் தொகுப்பே சடங்கு நிகழ்வாகும்.

சடங்கு நிகழ்த்தப்படும் இடம், காலம், சூழல், தேவை, நோக்கம் போன்ற காரணங்களை முன்வைத்து அவற்றின் தன்மைகள் வேறுபடுகின்றன. சடங்குகள் செயல், நிகழ்த்துதல், நனவு, தன்னார்வம், கருவி, பகுத்தறிவு, கூட்-

டுத்தன்மை, சமூகம், சமூக உறவுகள், புனைவு, குறியீடு, வெளிப்பாடு, நடத்தை, அழகியல், புனிதம் ஆகியவற்றோடு தொடர்புடையதாக அமைகின்றது.

சடங்குகள் குறித்த கோட்பாட்டியல் சிந்தனைகளை, அர்னால்ட் வான் கென்னப், எமிலி துர்க்ஹைம், ஹோவல் டாய், அந்தோணி வாலஸ், ரெனால்ட் கிரிமஸ், அந்தோணி குட், விக்டர் டர்னர், வீணா தாஸ், சிக்மண்ட் ஃபிராய்டு ஆகியோர் குறிப்பிடுகின்றனர்.

சடங்குகள் வாழ்க்கை வட்டச் சடங்குகள், வளமைச் சடங்குகள், வழிபாட்டுச் சடங்குகள், திருவிழாச் சடங்குகள், மந்திரச் சடங்குகள், பிற சடங்குகள் என வகைப்படுத்தப்பட்-டுள்ளன.

நிச்சயதார்த்தம், சிலம்பு கழித்தல், மணநாள் குறித்தல் போன்றன வாழ்க்கை வட்டச் சடங்குகளாகும். மணநாளில் நிகழும் சடங்குகள் மணச்சடங்குகள் எனப்படும்.

மழையை வேண்டிக் கடவுளை வழிபட்டனர், சுற்றத்தார் அனைவரும் ஒன்றாகக் கூடி கடவுளுக்குப் படையலிட்டனர்.

வழிபாட்டுச் சடங்குகளாக வெறியாட்டுச் சடங்குகள் இடம்பெறுகின்றன. வெறியாட்டு நடத்துபவன் வேலன். வெறியாட்டு நடத்துவதற்குக் களம் அமைக்கப்பட்டது. வெறியாட்டுக் களத்தில் மலர்களைத் தூவுதல், பொரிகளைத் தூவுதல், விலங்கினைப் பலியிடுதல் ஆகியவை நடத்தப்-பட்டன. வெறியாட்டு நிகழ்த்துவதற்காகக் கட்டுவிச்சி குறி-பார்த்தல், கழங்கிழைத்தல் போன்றவற்றைச் செய்தாள்.

திருவிழாச் சடங்குகள் பிரிந்தோர், உறவினர் ஆகியோ-ரைக் கூட்டுவிப்பதற்காக நடத்தப்பட்டன. சாதாரண நாட்க-ளைவிடத் திருவிழாக் காலங்களில் ஒப்பனை செய்துகொள்-வதும், அணிகலன்கள் அணிந்து அழகுபடுத்திக்கொள்வதும் நடைமுறையில் இருந்தது. விழா நாட்களில் தூய்மையாக இருப்பதும், மூத்தோர்களின் ஆசி பெறுவதும் புனிதத் தன்-மையை வெளிப்படுத்தும் சடங்குகளாக அமைகின்றன.

துணைநூற்பட்டியல்

முதன்மை ஆதாரங்கள்

சாமிநாதையர் உ.வே. (உ.ஆ.) 2000. குறுந்தொகை மூலமும் உரையும், சென்னை: உ.வே. சாமிநாதையர் நூல்-நிலையம்.

நாகராசன் வி. (உ.ஆ.) 2004. குறுந்தொகை (தொகுதி 1,2), சென்னை: நியூ செஞ்சுரி புக் ஹவுஸ் (பி) லிட்.

ராஜம் எஸ் (ப.ஆ.). 1957. குறுந்தொகை, சென்னை: ராஜம் வெளியீடு.

துணைமை ஆதாரங்கள்

அருள் இரா. 2009. தமிழர் திருமணம் ஒரு பண்பாட்டு அடையாளம் சிதம்பரம்: அருள் பதிப்பகம்.

அலிபாவா உ. இராஜராஜன் இரா (ப.ஆ.). 2010. செவ்வியல் தமிழ், திருச்சிராப்பள்ளி: வளர்தமிழ் பதிப்பகம்.

அறவாணன் க.ப. 1984. தமிழர் தம் தலைமை வழி-பாடு, சென்னை: பாரி நிலையம்.

.... 1990. மர வழிபாடு, சென்னை: பாரி நிலையம்.

இளம்பூரணர் (உ.ஆ.). 2011. தொல்காப்பியம் பொரு-ளதிகாரம், சென்னை: சாரதா பதிப்பகம்.

கைலாசபதி க. 1986. பண்டைத் தமிழர் வாழ்வும் வழி-பாடும், சென்னை: நியூ செஞ்சுரி புக் ஹவுஸ் (பி) லிட்.

கோவிந்தன் கா. 2011அ. தமிழர் தோற்றமும் பரவலும், சென்னை: ராமையா பதிப்பகம்.

சண்முகம்பிள்ளை மு. 2003. சங்கத் தமிழரின் வழி-பாடுகளும் சடங்குகளும், சென்னை: உலகத் தமிழாராய்ச்சி நிறுவனம்.

சாமி பி.எல். 2011. தமிழ் இலக்கியத்தில் தாய்த்தெய்வ வழிபாடு, சென்னை: நியூ செஞ்சுரி புக் ஹவுஸ்

சிதம்பரனார் சாமி. 2003. எட்டுத்தொகையும் தமிழர் பண்பாடும், சென்னை: அறிவுப் பதிப்பகம்.

சத்தியவேல் முருகனார். 2009. வண்டமிழ் வாழ்வியல் சடங்குகள், சென்னை: உமா பதிப்பகம்.

ஞானசேகரன் தே. 1990. நாட்டார் சமயம், சென்னை: கிரியா பப்ளிகே~ன்ஸ்

.... 2009. மக்கள் வாழ்வில் மந்திரச் சடங்குகள், சென்னை: நியூ செஞ்சுரி புக் ஹவுஸ் (பி) லிட்.

பக்தவத்சல பாரதி. 2005. சமூக - பண்பாட்டு மானி-டவியல் : மிகச் சுருக்கமான அறிமுகம், திருச்சிராப்பள்ளி: அடையாளம் வெளியீடு.

.... 2002. தமிழர் மானிடவியல், சிதம்பரம்: மெய்யப்பன் தமிழாய்வகம்.

.... 2008. தமிழகப் பழங்குடிகள், திருச்சிராப்-பள்ளி: அடையாளம் வெளியீடு.

.... 2005. மானிடவியல் கோட்பாடுகள், புதுச்-சேரி: வல்லினம் பதிப்பகம்.

.... 2005. மானிடவியல் கோட்பாடுகள், புதுச்-சேரி: வல்லினம் பதிப்பகம்.

பாலசுப்பிரமணியன் கு.வெ. (உ.ஆ.). 2004. நற்-றிணை, சென்னை: நியூ செஞ்சுரி புக் ஹவுஸ் (பி) லிட்.

மாடசாமி ச. 2005 தமழர் திருமணம்: அன்று முதல் இன்று வரை, சென்னை: பாரதி புத்தகாலயம்.

மாணிக்கம் ஆ. 2000. திருக்குறள் தெளிவுரை, சென்னை: மணிவாசகர் பதிப்பகம்.

.... 2004ஆ. சங்ககால இனக்குழுச் சமு-தாயமும் அரசு உருவாக்கமும், சென்னை: பாவை பப்-ளிகே~ன்ஸ்.

முத்தையா இ. 1986. நாட்டுப்புற மருத்துவ மந்திரச் சடங்குகள், சிவகங்கை: அகரம் வெளியீடு.

முத்தையா ஓ. 2007. பண்பாட்டுப் பதிவுகள், சென்னை: காவ்யா பதிப்பகம்.

மோகன் இரா (உ.ஆ.). 2007. பத்துப்பாட்டு (பகுதி - 1), சென்னை: நியூ செஞ்சுரி புக் ஹவுஸ் (பி) லிட்.

விசுவநாதன் அ. (உ.ஆ.). 2007. கலித்தொகை, சென்னை: நியூ செஞ்சுரி புக் ஹவுஸ் (பி) லிட்.

வித்தியானந்தன் சு. 1971. தமிழர் சால்பு, சென்னை: பாரி புத்தகப் பண்ணை.

ஜெயபால் இரா (உ.ஆ.). 2004. அகநானூறு (தொகுதி 1,2), சென்னை: நியூ செஞ்சுரி புக் ஹவுஸ் (பி) லிட்.

அகராதிகள்

கதிரைவேற் பிள்ளை நா. 1998. தமிழ் மொழி அகராதி, புதுடெல்லி: ஏசியன் எஜுகே~ன்ஸ் சர்வீஸஸ்.

சிங்காரவேலு முதலியார் ஆ. 1982. அபிதான சிந்தா-மணி, புதுதில்லி: ஏசியன் எஜுகே~ன்ஸ் சர்வீஸஸ்.

சுராவின் தமிழ் – தமிழ் – ஆங்கில அகராதி, 2007.

மெய்யப்பன், 2006. மெய்யப்பன் தமிழகராதி, சென்னை: மெய்யப்பன் பதிப்பகம்.

பாலுசாமி நா. (ப.ஆ.). 1986. வாழ்வியற் களஞ்சியம் தொகுதி 4,6,13, தஞ்சாவூர்: தமிழ்ப் பல்கலைக்கழகம்.

பிரிட்டானிகா தகவல் களஞ்சியம் (தொகுதி 1,2,3), 2002. என்சைக்ளோபீடியா பிரிட்டானிகா (இந்தியா) பிரைவேட் லிமிட்டெட்.

இராமகிரு\ணன் (நி.ஆ.). 2005. க்ரியாவின் தற்காலத் தமிழ் அகராதி, சென்னை: க்ரியா வெளியீடு.

இராமகிரு\ணன் (நி.ஆ.). 2008. க்ரியாவின் தற்காலத் தமிழ் அகராதி விரிவாக்கித் திருத்திய பதிப்பு, சென்னை: க்ரியா வெளியீடு.

இதழ்கள்

ஆவி உலகம், ஆவியுலக ஆராய்ச்சி மையம், சென்னை. ஜீன் 1987.

நியூ செஞ்சுரியின் உங்கள் நூலகம், மாத இதழ், மலர் : 3, இதழ் : 3.

ஆய்வேடுகள்

அருணாசலம் எஸ். சங்ககால விழாக்களும் சடங்குக-ளும், முனைவர் பட்ட ஆய்வேடு, மதுரை: மதுரை காமரா-

சர் பல்கலைக்கழகம்.

அருள்தாசு ஆ. சங்ககால வழிபாட்டு நெறிமுறைகள், முனைவர் பட்ட ஆய்வேடு, புதுவை: புதுவைப் பல்கலைக்-கழகம்.

ஆய்வுக் கட்டுரைகள்

கலைவாணி. 2009. சங்க இலக்கியத்தில் வெறியாட்-டயர்தல், சென்னை: ஆர் அனைத்திந்திய ஆராய்ச்சிக் கழகம்.

சியாமளா. ஜெ. 2009. சங்கப் பண்பாட்டில் அணங்கு, சென்னை: ஆர் அனைத்திந்திய ஆராய்ச்சிக் கழகம்.

ஆங்கில நூல்கள்

Albred Krober. 1948. Anthropology, New York: Harcourt Brace.

Durkheim Emile. 1965. **The Elementary Forms of Religious**, New York: The Free Press.

Elmore W.T. 1984. **Dravidian Gods in Modern Hinduism**, New Delhi: AGS.

Encyclopedia Americana, 1829. vol X. Danbury: Grolier Incorporated.

Encyclopedia Wikipedia, Dated: 28.12.2010.

Fetterman. David M. 1989. **Ethnography Step by Step**, New Delhi: Sage Publications.

Herskovits. Melville. 1974. **Cultural Anthropology**, New Delhi: Oxford Publishing co.

Lewis I.M. 1989. **Ecstatic Religion: A study of shamanism and sprit possession,**

Philip W Goetz (Edr). 1986. The New Encyclopedia Britanica, vol.4. Chicago: University of Chicago.Sergei Tolcareb. 1955. **History of Religion,** Moscow: progress publishers.

Thomas F. O'dea. 1966. **The Sociology of Religion**, N.J: Prentice - Hall.

www.ingramcontent.com/pod-product-compliance
Lightning Source LLC
Chambersburg PA
CBHW020628160726
47991CB00002B/943